.50

GREEN RICE

poems by
Lâm Thị Mỹ Dạ

translated by Martha Collins and Thúy Đinh

Curbstone Press

*Published in cooperation with The William Joiner Center
for the Study of War and Social Consequences*

FIRST EDITION, 2005
Copyright © 2005 by Lâm Thị Mỹ Dạ
Translation Copyright © 2004 by Martha Collins and Thúy Đinh

Printed in the U.S. on acid-free paper by BookMobile
Cover photograph: "Closeup of Rice Plants," with permission of
    Flat Earth.
Cover design: Stone Graphics

This book was published with the support of the
Connecticut Commission on Culture & Tourism,
National Endowment for the Arts, and donations
from many individuals. We are very grateful for
this support.

Library of Congress Cataloging-in-Publication Data

Lâm, Thị Mỹ Dạ, 1949-
    Green Rice : poems / by Lam Thi My Da ; translated by
Martha Collins and Thuy Dinh.—1st ed.
        p. cm.
    ISBN 1-931896-13-5 (acid-free paper)
    1. Vietnamese poetry—Translations into English. I. Collins,
Martha. II. Thúy Đinh. III. Title.

PL4378.65.E5L36 2005
895.9'2214—dc22

                                                    2004045502

published by
CURBSTONE PRESS   321 Jackson Street   Willimantic, CT 06226
        phone: 860-423-5110   e-mail: info@curbstone.org
                    http://www.curbstone.org

ACKNOWLEDGMENTS

Martha Collins would like to thank the Witter Bynner Foundation and the Santa Fe Art Institute for a residency during which much of her work on these translations was accomplished.

Both Martha Collins and Thúy Đinh would like to thank Kevin Bowen, Nguyen Ba Chung, and the Joiner Center for the Study of War and Social Consequences at the University of Massachusetts-Boston; without their initial encouragement and constant support, these translations would not exist.

We are also grateful to Nguyen Ba Chung for his careful reading of all the translations, and for his co-translations, with Martha Collins, of the following poems: "By a Statue of My Châu," "Gathering My Years," "My life rolls into a ball," "Girl," "The Fertile Heart," "A Pine Cone in Pasternak's Garden," and "There Is No Sea."

Thanks are also due to Linh Tô Green, who first worked with Martha Collins on Lâm Thị Mỹ Dạ's poetry, and who is co-translator of "Dedicated to a Dream," "In the fields of myself," "Rain," "By Waves," "Small as a Doll," "The Wild Rosebud Has Changed," "My Plum Tree," and "Looking Back."

All the other poems in this collection were translated by Martha Collins and Thúy Đinh, with some help from the author, to whom we are most centrally grateful.

Finally, our thanks to the following publications, in which some of these translations previously appeared: *Blue Moon Review, Circumference, Connecticut Review, Cyphers* (Ireland), *Heliotrope, Illuminations, Luna, Manoa, Michigan Quarterly Review, Poetry International, Rattle, Santa Fe Broadside, Vietnam Cultural Window;* and to *Six Vietnamese Poets,* ed. Nguyen Ba Chung and Kevin Bowen (Curbstone, 2002), which featured seventeen of the translations.

CONTENTS

INTRODUCTION

Green Rice, like Lâm Thị Mỹ Dạ's writing career itself,
begins in what Americans call the Vietnam War. Born in
1949 in the south central part of Viet Nam, Lâm Thị Mỹ Dạ
spent the war near the scene of much heavy fighting. While
two persona poems reflect the costs of war through the eyes,
respectively, of an American soldier and a woman who cared
for children, most of the poems from this period are grounded
in the poet's own experience, informed by her intimate
involvement with the landscape, flora, and fauna of her
country. The juxtaposition of what might well be a cluster-
bomb with guava clusters in the opening quatrain of this book
creates a surprisingly calm tension, and in the next poem
"The golds of rice and cluster-bombs blend together" in a
single line.

Other tensions both manifest and resolve themselves
throughout Lâm Thị Mỹ Dạ's poetry. A thin narrative thread
follows the poet through the traditional territory of a
woman's life, including love, motherhood, and a sometimes
difficult movement into middle age. But the perspective
itself is surprisingly unorthodox; as Nguyen Ba Chung has
written: "In a traditionally Confucian culture, where women
are expected to assume a publicly subordinate posture, Lâm
Thị Mỹ Dạ raises issues that are not ordinarily mentioned."
Beginning with "Are You Good Enough?" and extending
through reflections on her young daughter in "Girl," this
questioning becomes most explicit in the later poems. Not
unlike a number of recent American women poets, Lâm Thị
Mỹ Dạ explores the limits of women's traditional roles, often
finding herself alone; not unlike them, but perhaps with an
older cultural base beneath her, she also testifies to the
strength provided by other women, including her own mother
and, as in the poem of that title, friends.

The fluidity of time is both an important perception and a
central strategy in many of the poems, including "By a Statue
of Mỵ Châu," where she brings experience to bear on distant
history, sympathetically relating the story of a young woman

who inadvertently betrayed her own people. The poet sometimes looks back to a more immediate past with regret; as "the years between now and childhood thicken" in a relatively early poem, she searches "beneath the grass for a deep green time." But there would be no regret if the past were not so deeply present and accessible to her. "It's time for old age / But I'm still young," she says in a more recent poem; "I became fruit but my soul is a . . . green bud of a tender time."

Often the shift from present to past is introduced by one of several Vietnamese words that mean something like *suddenly*: a bird's song in the rice field takes her back ten years, the sound of an ancient bronze drum puts her "back in ancient time." Other epiphanic moments take her away from her own preoccupations by way of something observed in the world around her: a glimpse of a cat in the window makes her feel "light and free," a water lily brings "a sudden feeling of gladness."

Awareness of the world outside the self—of sound and smell and taste as well as visual image—is primary in these poems; even the narrative subjects are usually compared to or conveyed by the natural world that the poet knows and is sustained by. The world she perceives includes the Perfume River that flows through Hue, the city in south central Viet Nam where she lives; it extends, by way of a meteorite, to the stars. It contains the night-blooming cereus as well as the water lily, and the rice field that exists in a continuum with prepared green rice, "sweet with the scent of fields." It is often a world of green. The areca tree, the custard apple tree, the row of camphor trees "that greens my sadness" are experienced in terms that often involve emotionally rich projections. Grass appears frequently, perhaps most notably as the "green cradle" of the cricket who stands in for the poet in "Cricket Song."

As in "Cricket Song," the metaphors of these poems are often intricate; thus also the childhood through child-bearing projections of "Custard Apple Tree," or the transformation in "The Nest," where "Strands of straw and grass / Woven without soul / Become musical strings / When they touch the egg." Though less erotically charged than the landscapes of the eighteenth-century Vietnamese woman poet Hồ Xuân Hương, the juxtaposition of the stunning landscape of Ha Long Bay and an "Illusive Lover" makes it similarly difficult to say whether the poem is centrally about the landscape or an imagined person. Experiencing the world through the deeply felt images of these poems allows us to follow the poet as she "imitates" nature in the way William Carlos Williams once described, whereby we "become part of the process."

This process seems less strained for Lâm Thị Mỹ Dạ than it does for most western poets, deeply rooted as it is in the poet's Buddhist culture. If there are, as in the poem of that title, "Connections" between personal experience and the world of nature, there are also "Echoes" (as in that poem) of what is beyond us in what we perceive. As the poet says in "Gathering My Years," "We think as we have lived / Inhabiting the other world / We love the earth where we've stopped / But we will depart tomorrow."

On Form

Although they are impossible to experience in translation, the form and syntax of these poems help to convey the characteristic fluidity between the self and what is beyond it. Vietnamese, particularly in poetry, has less "connective tissue" than English, a quality that creates a great deal of much-cherished ambiguity. While we have had to make some syntactic connections to allow the translations to be readable as English, I have tried to retain some of the fluidity by following Lâm Thị Mỹ Dạ's example and avoiding end-line punctuation. This has been possible because her lines, like those of most traditional Vietnamese poetry, tend to be end-stopped and imagistically self-contained. Without punctuation, they have a kind of grammatical as well as imagistic or emotional equivalence that allows the reader to move freely from line to line.

In the free verse poems that constitute almost half of this

selection, respect for the line has been the primary formal consideration. The more traditionally formal poems raise more complex issues. Although a translator's decision to pay heed to form is always personal, the emotional complexity of these poems seems to me to depend in part on their music, which of course cannot be duplicated. What I have tried to do instead is to create the suggestion of form, usually by "translating" the poet's syllabic lines into roughly but not insistently accentual lines, and by allowing off-rhymes, assonance, or even near-assonance to stand for rhymes or off-rhymes.

Three forms dominate. The most insistent, and traditional, is the *lục bát*, which alternates six- and eight-syllable lines and features an internal- and end-rhyming pattern that usually extends throughout the poem (the last syllable of the first line rhymes with the sixth of the second, the last of the second with the last of the third and the sixth of the fourth, the last of the fourth with the sixth of the fifth, and so on). Following the form, Lâm Thị Mỹ Dạ avoids stanza breaks in the *lục bát* poems; but because they almost always break syntactically into four-line segments, and because I have usually allowed my looser rhyming to follow an *abcb* pattern, the poems appear as quatrains in translation.

The other forms Lâm Thị Mỹ Dạ uses most frequently are a five-syllable line, usually rhyming *abcb*, and a looser seven-to-eight syllable line which rhymes less consistently. In translating the five-syllable (and occasional four-syllable) poems, where the rhymes are quite audible in Vietnamese, I have usually tried to manage one rhyme or off-rhyme per stanza. The translations of the loosely seven-syllable poems rhyme less frequently, and sometimes not at all.

My general aim has been to allow some sense of the music that is central to the emotional tension and complexity of the poems to come through without the distortion that more rigid adherence to form would require. I have sometimes transposed words and occasionally lines for the sake of form or fluidity, and I have occasionally left out words that seemed redundant in English; but I have tried (except for some clarifying details in "By a Statue of Mỵ Châu") not to make substantive changes.

On the Translation Process

I met Lâm Thị Mỹ Dạ in Hue, Viet Nam in 1994. I had enjoyed the two or three poems of hers I had seen in translation, and told her that I hoped I could translate others someday. It wasn't immediately clear how this might be accomplished: Dạ knew a little English and I had studied Vietnamese, but we needed help for even the most casual conversation. Fortunately, our interpreter was usually Tô Diệu Linh (now Linh Tô Green), who had known the poet for many years; when Linh came to Boston to pursue a graduate degree a few years later, she became my first co-translator for the poems.

In the summer of 2000, Lâm Thị Mỹ Dạ herself came to Boston for the Joiner Center Writers Workshop; also in residence was Thúy Đinh, a Vietnamese-American writer who works as a lawyer in Washington D.C. and had come to work on her own nonfiction. Thúy spent a great deal of time with Dạ during the two-week workshop, frequently serving as interpreter when the three of us met to discuss which poems might be translated and to work through a few of them. Thúy and I have been working together ever since.

At first the process always began on Thúy's side, with a "literal" translation and extensive commentary. On the one hand, Thúy could explain cultural references that I might have missed altogether; on the other, her own literary background allowed her to find parallels for the tone or voice of a poem that became especially helpful to me as I worked on the final stages of a translation. Meanwhile, I would use my limited Vietnamese and a dictionary to work through my own word-for-word version of the poem; this allowed me to slow down, to hear the lines, to experience the words in the order in which they appeared in the poems. As time went on, I often sent Thúy my own versions first; but whichever way we began, we continued to exchange comments until we were both satisfied.

Green Rice presents fifty-six poems which we chose from a selection made by the author herself from five books. Approximately the first half is taken from her first three collections, published between 1974 and 1990. The six poems beginning with "The Nest" are from *Mẹ và con (Mother and Child)*, a 1994 collection which also includes a number of poems created from the words of the poet's young daughter; except for "The Color of Phái Street" and "January," which are more recent, the remaining poems are from the 1998 volume *Để tặng một giấc mơ (Dedicated to a Dream)*.

The collaboration that these translations represent has been richly rewarding. That the poems of a Vietnamese woman who began writing during the war were being translated by a Vietnamese-American woman writer who left at the end of it and an American woman poet who protested it with little knowledge of the country in which it occurred has made the process especially meaningful. To cite the words of Lâm Thị Mỹ Dạ's "Friends," this process has been a "sharing of sweetness / and sorrows."

That no translation is equal to the original goes without saying, but I hope that the English versions of these poems will allow other American readers to experience one woman's contribution to a literature that has been greatly (and indeed tragically) under-represented in the United States.

Martha Collins
Cambridge, Massachusetts, 2003

GREEN RICE

Hương vườn

Đêm qua bom nổ trước thềm
Sớm ra, trời vẫn ngọt mềm tiếng chim
Nghe hương cây vội đi tìm
Hai chùm ổi chín lặng im cuối vườn

Garden Fragrance

Last night a bomb exploded on the veranda
But sounds of birds sweeten the air this morning
I sense the fragrant trees, look in the garden
Find two silent clusters of ripe guavas

Gặt đêm

Đã hiện lên những vành nón trắng
Như khoảng trời trẻ thơ mát êm
Như cánh cò vỗ nhẹ trong đêm
Nón trắng tròn gợi về chân trời rộng

Màu vàng bom bi lẫn trong màu vàng của lúa
Bom nổ chậm không làm ta sợ nữa
Bao năm chiến tranh lòng đã quen rồi
Nào chị em mình gặt đi thôi

Mỗi người đội một vành trăng nhỏ
Chấp chới nghiêng trên thảm lúa vàng
Tổ gặt con gái làng tôi đó
Mười hai chiếc nón sáng đêm thâu

Đạn bom rơi chẳng sợ đâu
Chỉ e sương ướt mái đầu lá chanh...

Night Harvest

White circles of conical hats have come out
Like the quiet skies of our childhood
Like the wings of storks spread in the night
White circles evoking the open sky

The golds of rice and cluster-bombs blend together
Even delayed-fuse bombs bring no fear
Our spirits have known many years of war
Come, sisters, let us gather the harvest

Each of us wears her own small moon
Glittering on a carpet of gold rice
We are the harvesters of my village
Twelve white hats bright in the long night

We are not frightened by bullets and bombs in the air
Only by dew wetting our lime-scented hair

Đi trong đêm màu trắng

Ta đi lên đồi cát mịn
Biển ở ngoài kia nơi tiếng sóng đang reo
Cát trắng quá nên đêm xuống chậm
Hay Bảo Ninh mãi vẫn ban ngày?

Trăng lên rồi mây trắng bay bay
Trắng dịu dàng là trắng của bàn tay
Trắng xao động – trắng ngời của sóng
Trắng mịn màng – triền cát dài, trăng rộng
Trắng rất thơm – trắng của bông hoa

Ta trở về sau năm tháng đi xa
Gặp lại đêm nay – xôn xao – màu trắng
Ta ngắm hàng cây bên đường đứng lặng
Con chim nào xây tổ trên cao
Quả trứng nào bắt đầu ở đó
Cái chấm trắng vô cùng bé nhỏ
Lại nở sinh ra những phương trời !

Kéo lưới lên – màu trắng sinh sôi
Đàn cá nhảy – lao xao – đàn cá nhảy
Ào như gió là cá chuồn bay đấy
Cá chuồn bay – mặt biển trắng bay lên !

Đi ra khơi biển lạ hóa quen
Nhìn chân trời không còn bỡ ngỡ
Yêu cánh buồm nên ta yêu ngọn gió
Cánh buồm bay – Ngọn gió trắng – cánh buồm ơi !

Ôi đêm nay ai nói được nên lời
Đêm màu trắng, tâm hồn ta rung động
Những họng súng vươn lên trời cao rộng
Giữ cho nghìn trong trắng mãi sinh sôi...

Journey into White Night

I walk up a silk-smooth sand dune—
Over there, where waves sing, is the sea
The sand is so white that night seems late
Or maybe day lasts longer in Bao Ninh

The moon comes up, white clouds pass by
Soothing white is the white of my hand
Restless white the radiant white of the waves
Smooth white the sandbar, the spreading moon
Fragrant white the whiteness of the flower

Coming back after months and years away
I'm moved again by the whiteness I find this night
Rows of trees stand silent by the road
What bird builds its nest so high?
What egg, begun in space
As an infinitesimal white point
Hatches into a multitude of skies?

Pull in the net—there's white procreation
Fish are jumping madly, fish are jumping
Flying fish are flying by like the wind
Flying fish—the sea's white surface rises

When I sail out, the strange sea grows familiar
The gazing horizon no longer bewilders me
I love the sail, so I love the wind
Full sail, white wind—oh full sail!

Tonight no one could put into words
How the white night shakes my soul
Gun barrels reach toward the vast open sky
Protecting the thousand white things being born

Khoảng trời, hố bom

Chuyện kể rằng: em, cô gái mở đường
Để cứu con đường đêm ấy khỏi bị thương
Cho đoàn xe kịp giờ ra trận
Em đã lấy tình yêu Tổ quốc của mình thắp lên ngọn lửa
Đánh lạc hướng thù. Hứng lấy luồng bom...

Đơn vị tôi hành quân qua đường mòn
Gặp hố bom nhắc chuyện người con gái
Một nấm mồ, nắng ngời bao sắc đá,
Tình yêu thương bồi đắp cao lên...

Tôi nhìn xuống hố bom đã giết em
Mưa đọng lại một khoảng trời nho nhỏ
Đất nước mình nhân hậu
Có nước trời xoa dịu vết thương đau.

Em nằm dưới đất sâu
Như khoảng trời đã nằm yên trong đất
Đêm đêm, tâm hồn em tỏa sáng
Những vì sao ngời chói, lung linh
Có phải thịt da em mềm mại, trắng trong
Đã hóa thành những làn mây trắng ?
Và ban ngày khoảng trời ngập nắng
Đi qua khoảng trời em

– Vầng dương thao thức
Hỡi mặt trời, hay chính trái tim em trong ngực
Soi cho tôi
Ngày hôm nay bước tiếp quãng đường dài ?

Bomb Crater Sky

They say that you, a road builder
Had such love for our country
You rushed out and waved your torch
To call the bombs down on yourself
And save the road for the troops

As my unit passed on that worn road
The bomb crater reminded us of your story
Your grave is radiant with bright-colored stones
Piled high with love for you, a young girl

As I looked in the bomb crater where you died
The rain water became a patch of sky
Our country is kind
Water from the sky washes pain away

Now you lie down deep in the earth
As the sky lay down in that earthen crater
At night your soul sheds light
Like the dazzling stars
Did your soft white skin
Become a bank of white clouds?

By day I pass under a sun-flooded sky
And it is your sky
And that anxious, wakeful disc—
Is it the sun, or is it your heart
Lighting my way
As I walk down the long road?

Tên con đường là tên em gửi lại
Cái chết em xanh khoảng trời con gái
Tôi soi lòng mình trong cuộc sống của em

Gương mặt em, bạn bè tôi không biết
Nên mỗi người có gương mặt em riêng.

The name of the road is your name
Your death is a young girl's patch of blue sky
My soul is lit by your life

And my friends, who never saw you—
Each has a different image of your face

Khuôn mặt ẩn kín

*Gửi những người lính Mỹ chết
trong cuộc chiến ở Việt Nam*

Tôi muốn làm con nai nhỏ
Chạy hoài dưới trời cỏ xanh

Đừng bắt tôi đi vào rừng rậm
Tôi sẽ hóa thành chó sói dữ dằn

Những mưu chước lưới đời ai lường được
Sự dối lừa
Trá hình trong giọng lưỡi ngọt ngon

Tôi là con nai quá đỗi ngu đần
Đã xa đi đồng cỏ tươi xanh

Khuôn mặt tôi, khuôn mặt chó sói
Trong hang sâu, trong bóng tối lặng thầm
Nghe ai gọi giật mình chợt tỉnh
Nhớ một thời trong suốt mắt nai in

Rồi có lúc cuối đường tôi gục ngã
Viên đạn ai găm khuôn ngực máu đầy
Xin hãy giở dưới lần da chó sói
Trái tim nai thắm đỏ, thơ ngây.

12

The Face Beneath

for the American soldiers
who died in the war in Viet Nam

I want to be a small deer
Running under the sky through green grass

Don't make me go into the thick jungle
Or I will become a fierce wolf

Who can foresee the tricks and snares of life?
Deception
Is disguised by sweet tongues

I was an unwitting deer
Wandering far from my field of fresh grass

My face was the face of a wolf
In deep caves, in shadows, dark and still
Then a call startled me awake
And I remembered that once my eyes
Had been clear, the eyes of a deer

At the end of the road I fell down
When a bullet struck my blood-filled chest
If you look under the wolf's skin
You'll find the red heart of an innocent deer

Chuyện của một cô bảo mẫu

Tôi chưa có những đứa con để vuốt ve
Mỗi buổi sớm
Những bà mẹ
Đến trao cho tôi những đứa trẻ
Họ trao cho tôi niềm vui và tình yêu của họ.

Trẻ con
Tôi muốn ôm tất cả vào lòng
Những đôi mắt đen, những đôi má phính hồng
Sao tôi yêu đến thế !
Và phút chốc tôi thấy mình thành người mẹ
Chúng nhìn tôi trìu mến gọi: cô ơi !
Tim tôi rung lên sung sướng, bồi hồi...

Những gì có ở trẻ thơ
Tôi yêu làm sao cho hết !
Cái nhìn trong veo mùa thu
Cái dỗi thương thương cho gương mặt phụng phịu
Môi chúm hoa đào cho mắt tôi say
Da thịt mịn màng cho tôi dịu bàn tay

Tôi dạy cho các em lời ca, điệu múa
Bày bao trò chơi và kể chuyện cho chúng nghe
Mỗi hoàng hôn khi những người mẹ trở về
Họ hôn thiết tha lên bao cặp má ấy
Trẻ con là nơi sinh nở những chiếc hôn
Tuổi trẻ, tuổi già gặp nhau ở đấy !
Tôi ngỡ gặp lại mình ngày thơ bé
Và dáng mẹ ngày xưa mỗi buổi làm về.
Ngày mỗi ngày tôi giàu thêm tình yêu
Có các em cuộc đời thật trong trẻo
Tôi có nỗi buồn riêng khó hiểu
Đã chìm đi trong tiếng tiếng thơ ngây

A Mother's Story

I don't yet have my own children
But each morning
Mothers and grandmothers
Bring me their children
Bring me their joy and love

I want to hold the children deep in my heart
Their black eyes, their pink cheeks
I love their arrival, the moment
That I become a mother for them
When they look at me fondly, calling Oh Auntie!
My heart trembles, completely happy and full

I love whatever children have
A look as clear as autumn
Petulance on a sulking face
A peach-blossom mouth for my drunken eyes
Smooth skin that softens my hands

I teach them dances, the words of songs
I arrange games and tell them stories
Each evening when the mothers return
They kiss those cheeks
Children are the birthplace of kisses
Youth and age meet there
I see myself as a child again
My mother coming home from work
Day by day I'm enriched by love
My life is clarified by children
My strange sadness submerged
By their young voices

Bỗng chiều nay
Tim tôi đau nhói !
                    Chiều nay !
Những người mẹ không bao giờ về nữa...

Tôi trở về với các em lòng như lửa cháy
Mắt trong veo, các em ngồi đấy
Ơi bầy chim nhỏ của tôi !
Chiến tranh còn là còn trẻ mồ côi.

Từ đó tôi làm bảo mẫu
Ba mươi em nhỏ của tôi
Ba mươi gương mặt xinh ngoan
Sớm nay bỗng gọi tôi bằng mẹ !

Then suddenly one afternoon
My heart is pierced
                    That afternoon
The mothers do not return

Burning inside, I return with the children
They sit still, their eyes clear
My flock of small birds!
As long as there is war, there will be orphans

Now I've taken the mothers' place
For thirty obedient children
With thirty pretty faces
Who call me Mother this morning

Đãi thóc

Mẹ ngồi đãi thóc ban trưa
Gió se se sóng bóng dừa nghiêng in
Thóc vàng nước gợn thêm xinh
Hạt chắc hạt lép mới nhìn giống nhau
Cũng màu tơ khác gì đâu
Mà sao mẹ đãi rất lâu, đãi hoài...

Bao nhiêu hạt lép trôi đi
Hạt chắc đậu lại nói gì mẹ ơi
Ngày mai ra với cuộc đời
Tay mẹ đãi thóc phải lời dặn con ?

Winnowing Rice

My mother is winnowing rice in late morning
A gentle wind ruffles the shade of the palms
The yellow rice glistens in rippled water
The stunted grains and the full grains look the same
They are both the color of silk, the same color
But why does she keep winnowing so long?

How many stunted grains float away from you, Mother?
How many full grains stay with you and talk?
When I go out tomorrow, full of life
Will my lesson be your hand, winnowing rice?

Hương cau

Tuổi nhỏ đêm nhìn sao
Soi nghiêng qua kẽ lá
Anh thích ngôi sao nào
Chưa nói cùng em rõ
Trăng lên trời lại mát
Cau xoè gió lao xao

Chúng mình ở bên nhau
Chung sân vườn từ bé
Anh có nghe hương cau
Phập phồng hơi thở nhẹ
Có thương quả cau tròn
Như tấm lòng của mẹ
Thơm chín nắng, mười mưa

Giờ anh đi trăm nơi
Cau vườn thơm đất nước
Làng quê nào dừng bước
Có nghĩ về nơi em ?

Cô gái nhỏ thân quen
Nhớ anh, anh có biết ?
(– Con chim vườn nó hót
Lời như biết thương rồi !)

Hoa cau nở bồi hồi
Hương ngập ngừng đâu đó ?
Tình em như hương cau
Phải anh là ngọn gió ?

Scent of Areca

As children we watched the stars
Light slanting through the leaves
Which star do you like?
You haven't told me yet
The moon rises, cooling the sky
The areca spreads, rustling the wind

We have lived next to each other
Shared a garden since we were small
Do you hear the scent of areca
Its fluttering breath?
Do you love its round nut
Fragrant in sun and rain
Like a mother's heart?

You have traveled many places
Through the country's areca gardens
Which village where you've stopped
Makes you think of mine?

The small girl you knew
Misses you: do you know?
(The bird sings in the garden
Sings words, as if it knew love)

The anxious areca blooms
Where is its hesitant scent?
My feelings are like the scent of areca
And you—are you the wind?

Cây na

Cây na bên cửa phòng tôi
Hiền xinh như thể nụ cười trẻ thơ
Buổi hoàng hôn sớm tinh mơ
Cây na dáng đứng như chờ đợi ai
Lá vô tư, rễ miệt mài.
Búp non đẹp tựa tình ai buổi đầu
Hoa nở bé thấy gì đâu
Bỗng kia trái đã nhú màu tơ non
Lá xanh ôm ấp quả tròn
Dịu dàng như mẹ ấp con tháng ngày
Quả xanh lẫn với màu cây
Thoáng nhìn nào có ai hay biết gì
Giữa trời nghe tháng năm đi
Trăm mắt na mở nói gì với tôi
Cây na đứng lặng thế thôi
Lặng im mà nói bao lời sâu xa.

Custard Apple Tree

By my door the custard apple tree
Is like a pretty child smiling
From early morning to early evening
The tree stands, like someone waiting

The strong roots, the carefree leaves
Buds like stirrings of first love
Blossoms so small I can scarcely see
And then the fruit, its raw-silk color

The fruit is warmed by green leaves
Like an unborn child by its mother
Green fruit blends with green tree
So a quick glance reveals nothing

In the sun I feel the time passing by
Then the apple-eyes open as if to speak
While the tree stands, alone and silent
With words that are countless and deep

Tiếng chim trên đồng lúa

Cánh đồng trưa im vắng
Bỗng ngân một giọng chim
Tiếng chim như tiếng người
Giật mình tôi quay lại
Chim bay vào xa xanh

Bỗng nhớ người bạn trai
Mười năm chưa gặp lại
Ngày ấy trên cánh đồng
Chúng tôi cùng gặt hái

Rồi ngày bạn đi xa
Vào chiến trường đánh Mỹ
Hôm tiễn đưa bạn gọi
Tên tôi vang trên đồng

Hòa bình xanh mặt ruộng
Bạn vẫn đi chưa về
Đất nước chưa yên giặc
Bạn vẫn còn xa quê

Trưa nay con chim nhỏ
Bay lưng trời hót vang
Tiếng chim như dòng chữ
Lạ lùng giữa trời xanh
Tiếng chim từ đâu đến
Phải nơi bạn mến thân ?

Ôi dòng-chữ-tiếng-chim
Hiện lên rồi lại xóa
Như dòng thư vội vã
Viết từ một chân trời

Birdsong in the Rice Field

This afternoon in an empty field
Suddenly a bird
Like someone calling
Startled, I turned
And the bird flew into the sky

Then I remembered a friend
I haven't seen for ten years
That day in the field
We harvested together

Later he went away
To fight against America
That day when he called my name
It echoed through the field

Peace lies green on the rice field
My friend has not come back
My country is still under siege
My friend is still far from the village

This afternoon a small bird flew
Its song echoed through the air
Like a stream of strange words
In the blue sky
Did the birdsong, the words
Come from my friend?

Alas, the birdsong-words
Appear and then dissolve
Like letters written in haste
From a great distance

Trong trẻo nỗi nhớ ơi,
Bay về đâu chim nhỏ
Cánh đồng xanh lúa trổ
Bạn vẫn còn đi xa

How clear is my longing—
Where is the bird flying to?
The field is green with new rice
And my friend is still far away

Vầng trăng

Anh ở xa, em ở xa
Vầng trăng ở giữa đôi ta gợi hình
Đêm nhìn lên ánh trăng xinh
Vầng trăng ấy – nơi chúng mình gặp nhau !

Half-Moon

You over there, I over here
The evocative half-moon between us
At night I look up through pretty moonlight—
That moon is where we meet

Như lá

Nhìn lá
Cứ ngỡ là lá ngọt
Bởi lá tơ non mơn mởn quá chừng
Lá tươi thắm xua mùa đông rét buốt
Hỡi chiếc hôn em có là như lá không ?

Tôi đi giữa mùa non
Sững sờ trong bao dáng lá
Nhớ ai
Tôi gửi nụ hôn lên trời

Con người không có tình yêu
Như trái đất này không có lá
Là hơi thở đất đai không thể thiếu
Lá dịu dàng, sâu thẳm của tôi ơi !

Nếu vẽ được chiếc hôn ở dưới ánh trời
Tôi sẽ vẽ chiếc hôn như lá.

As Leaves

I look at the leaves
And think how sweet they might taste
So young and tender
The bright green leaves drive winter away
Oh, are my kisses like that?

I walk in a young season
Stunned, in the presence of leaves
Then I remember someone
And send a kiss to the sky

People without love
Are like earth without leaves
The breath the land needs
Oh graceful leaves, from the depths of me

If I could draw my kisses on the sky
I would draw them as leaves

Hái tuổi em đầy tay

Sinh nhật em hôm nay
Trời trong và mây trắng
Sinh nhật em hôm nay
Đọng cát vàng ngấn nắng

Hai bốn năm trước đây
Mẹ sinh em ngày này
Mưa dột đầm ướt tóc
Gió tê buốt hai tay

Mẹ không có cửa nhà
Em – đứa trẻ vắng cha
Như mầm cây trên đá
Biết khi nào nở hoa

Ngày ấy anh đã có
Một tuổi thơ êm đềm
Suốt ngày được cười hát
Trong gia đình ấm êm

Anh chẳng biết nơi xa
Một cuộc đời đã nở
Anh chẳng biết có em
Giữa khí trời đang thở

Thiếu tình yêu che chở
Em vẫn cứ lớn lên
Câu ca dao mẹ hát
Ru giấc em êm đềm

Giá anh ở gần hơn
Chắc sang cùng chơi đấy

Gathering My Years

Today is my birthday
A clear sky, white clouds
Today is my birthday
Gold sand, sun in folds

Twenty-four years ago
My mother gave birth to me
Heavy rain on her hair
Wind on her freezing hands

My mother had no house
I had an absent father
Like a sapling growing in stone—
Who knows when it will flower?

You were alive that day
Your childhood was peaceful, calm
All day you laughed and sang
In your warm home

You did not know the place
Where a life had burst forth
You did not know me
Breathing in distant air

Without love to protect me
I kept growing up
My mother sang me *ca dao*
Lulling me to sleep

If you had lived nearby
You would have come to play

Giá bàn tay anh đưa
Trao nôi em lúc ấy

Em quen nghe tiếng gió
Quen tiếng mẹ ru hời
Quen cả tiếng khí trời
Chở nhiều hương cỏ lạ

Giờ đã hai bốn năm
Thời gian thương mến quá
Đời như dòng sông lạ
Trôi về xa tít khơi
Tuổi em như ngấn nắng
Long lanh giữa ánh trời

***

Gió mang bao là hương
Đi về đâu gió hời
Em ngồi nghe gió nói
Biết ngày sinh lên đường

Khi nào em còn thở
Ngày sinh còn ra đi
Đến tận cùng ngày chết
Như một khoảng lạ kỳ

Ngỡ như ta đã sống
Ở thế giới nào kia
Yêu trái đất ghé lại
Rồi ngày mai xa chia

Ngắt một chùm hoa cỏ
Cho ngày sinh hôm nay
Anh bỗng thành nắng gió
Hái tuổi em đầy tay !

If your hand had been nearby
It would have rocked my cradle

I know the voice of the wind
My mother's lullaby
I know the voices of air
The secrets of grass drifting by

Twenty-four years ago
Time was precious to me
Life was a strange river
Drifting toward the sea
I was a fold of sun
Shining in the light

* * *

The wind carries many scents
Where does the wind go?
I listen to it speak
My birthday is moving on

As long as I am breathing
My birthday will keep moving
All the way to my death-day—
An extraordinary space

We think as we have lived
Inhabiting the other world
We love the earth where we've stopped
But we will depart tomorrow

For my birthday I have gathered
Wildflowers in my hand
Suddenly you are sun and wind
My years gathered in your hand

Tiếng trống đồng

Khi tay chạm trống đồng ngân
Sững sờ tôi ngỡ mình thành người xưa
Mơ hồ giọt nắng trong mưa
Tưởng như trời của ngày xưa quay về
Âm thanh xáo động bốn bề
Hồn người xưa hỡi có nghe trống đồng
Ngày xưa ai đánh trống này
Hẳn lòng cũng thấy vui say như mình
Tiếng luồn vào tận trong tim
Thiết tha, nức nở, lắng im, ngọt ngào
Trống ngân nghe lạ lùng sao
Rưng rưng cây lá nao nao tháng ngày
Từ đây đến đấy xa thay
Đầu kia ai đứng, cuối này là tôi !
Bao nhiêu thời đại qua rồi
Chỉ còn vọng giữa đất trời tiếng ngân
Qua bao bão tố, thác ghềnh
Mấy nghìn năm vẫn âm thanh ban đầu
Mát mềm, da diết, xa sâu
Trống đồng ngân tiếng đàn bầu trong tôi
Qua bao nước mắt, mồ hôi
Vẫn nguyên một tiếng bồi hồi ruột gan

Đền Hùng 1973

36

The Sound of the Bronze Drum

The hand strikes and the drum resounds
Stunned, I'm back in ancient time
A sudden vision of sun in rain
Makes me see an ancient sky

The sound spreads out in four directions
Does the soul of an ancient person hear?
In ancient days someone struck this drum
Feeling joyfully drunk, as I do here

The sound runs all the way to my heart
Passionate, sobbing, silent, sweet
How strangely the bronze drum resounds
Unsettling time, stirring leaves

From now to then, such distance
From someone back then to me now
Many generations have passed
All that remains is the sound

Passing through storms, through waterfalls
Through thousands of years, the same
Deep, insistent, sinuous, cool
A string plucked within me resounds
Through sweat and tears with the sound
Still the wrenching sound of the drum

Temple of the Hùng Dynasty, 1973

Bên tượng Mỵ Châu

I

Tôi đi về kinh thành Ốc
Nơi có đền Mỵ Châu
Trên đường tôi qua
Bắt gặp mùi hương của đầm sen đầu hạ
Đầm sen xanh biếc quá
Một bông sen hồng tươi
Như gương mặt đẹp người con gái ngày xưa

Tôi đi về kinh thành Ốc
Nơi có đền Mỵ Châu
Trên đường tôi qua
Bắt gặp mùi hương của đồng lúa chín
Những bông lúa vàng tươi dịu hiền
Như ý nghĩ bình yên
Về niềm vui, hạnh phúc
Người con gái ngày xưa khát khao

II

Giặc đến gần giặc đã kề bên
Chiếc nỏ quý đã về quân phản bội
Trong ánh chớp rừng mũi tên tua tủa
Mỵ Châu lao trên mình ngựa kinh hoàng

Vết lông ngỗng rơi cùng nước mắt
Trái tim đớn đau đập với nỗi mong chờ
Nàng gọi thiết tha tên chàng Trọng Thủy
Lòng trắng trong đâu nghĩ chuyện dối lừa

By a Statue of My Châu

I

I return to the spiraling city of Ốc
To the Temple of My Châu
On the road I travel
I come upon the fragrance of summer lotus
A deep green lotus
A bright pink blossom
Like the face of a young woman of long ago

I return to the city of Ốc
To the temple of My Châu
On the road I travel
I come upon the fragrance of ripening rice
The bright gold rice is sweet
Like a peaceful thought of the happiness
A woman of long ago might have desired

II

The invader approached, the invader drew near
The betrayers had the noble crossbow now
In a flash of light in a forest of arrows
My Châu hurled herself on her frightened horse

A trail of goose feathers fell with her tears
Her aching heart filled with expectation
So pure she never considered his deception
She called out her husband's name with passion

Và vua cha An Dương Vương chém mạnh
Gương mặt ngây thơ trên mình đẹp lìa rơi
Con ngựa hồng chồm lên uất hận
Bờm tung cao như ngọn lửa ngang trời

III

Tôi đứng bên người của nghìn xưa
Nghe nỗi đau thét gào trong gió bụi
Mỵ Châu hỡi không đầu vết thương còn chảy máu !
Một khắc lầm, huyền thoại mãi còn đau !

When her father the king beheaded her
Her innocent face fell over her beautiful body
Her red horse leapt up in anguish
Its mane flung like a flame across the sky

III

I stand by a woman from thousands of years ago
I hear her pain scream in the dusty wind
Poor headless Mỵ Châu, wound still running with blood
Her brief mistake a legend still aching

Anh có tốt không

Như lúa hỏi đất
Anh có tốt không ?

Như cây hỏi gió
Anh có tốt không ?

Như mây hỏi trời
Anh có tốt không ?

Trời anh mênh mông
Mây em bay lượn

Gió anh bao la
Cây em ve vuốt

Đất anh thẳm sâu
Lúa em cúi đầu

Nhưng sao vẫn hỏi
Day dứt trong lòng
Anh có tốt không ?

Are You Good Enough?

As if rice asked the earth
Are you good enough?

As if a tree asked the wind
Are you good enough?

As if a cloud asked the sky
Are you good enough?

You are the vast sky
I am a drifting cloud

You are the wind, immense
I am a tree, caressing

You are deep dark earth
I am ripe rice, bowing its head

But why does the question
Linger in my heart
Are you good enough?

Chú mèo bên cửa sổ

Đêm khuya thường hay nghĩ về thơ
Đời nặng thế thơ còn quá nhẹ
Không ngủ được tôi nằm lặng lẽ
Nghĩ về con người, về những ngày qua

Chợt chú mèo ngồi bên cửa sổ
Đôi mắt xanh nhìn ngôi sao xanh
Chú ngồi vậy lặng im như pho tượng
Tạc vào khung trời sao long lanh

Tôi lại yêu cuộc đời vô hạn
Bao lo buồn chợt thấy nhẹ thênh
Chú mèo ngắm trời xa bên cửa sổ
Như bài thơ quá đỗi trong lành.

Cat in the Window

Often, late at night, when life feels heavy
I think of poetry, light, almost weightless
When I cannot sleep I lie down in silence
And think about humanity, the past

Suddenly a cat appears in the window
Green eyes staring out at green stars
It sits in the window, silent as a statue
Carved against the shining starry sky

Once again, I love this life without limit
No longer worried and sad, I'm light and free
Through the window, the cat looks out at the sky
Looks out, like the most transparent poem

Nói với trái tim

Biết bao ngôn ngữ trên đời
Làm sao nói hết những lời trái tim (MD)

Sau một đêm dài thức trắng vì thơ
Chợt tia nắng soi vào phòng tôi tinh nghịch
Tôi chạy ra sân
Chạy như trẻ con
Làm vỡ tung những hạt sương trên đất
Ngực áp lên bao ngọn cỏ mềm
Nghe trời đất thấm vào hồn như rượu
Bỗng lạ lùng
Nhận ra dáng trái tim mình như dáng lưỡi cày
Úp lên ngực đất
Đập thình thình cày lên thời gian

Trái tim dịu dàng, trái tim đằm thắm
Sao em lại mang dáng lưỡi cày
Để đau buồn chạm vào em là buốt nhói
Để tình yêu chạm vào em là tốt tươi
Em là nơi bắt đầu, là nơi kết thúc
Nhưng chẳng bao giờ có biên giới trong em
Em sinh ra để làm ra, để chứng kiến và để chứa đựng
Nỗi buồn, tình thương và hạnh phúc
Không gian không sâu thẳm bằng em
Biển khơi không dữ dội bằng em
Mặt trời không nóng bức bằng em

Ôi, trái tim
Sao em lại mang dáng lưỡi cày
Để suốt đời không bao giờ yên ổn
Để suốt đời cày lên
Cày lên
Đớn đau và hạnh phúc

Speaking to the Heart

All the languages in the world
Are not enough for the words of the heart (MD)

A long night awake writing poems
And then a streak of sun leapt into the room
I ran to the yard
As if I were a child
Footsteps scattering earth's first dew
Chest brushing the supple grass
Earth and sky seeped into me like wine
Startled, I saw my heart
In the shape of a plowshare
Pressing against the earth's chest
Pounding, plowing time

Calm heart, fervent heart
Why did you appear as a plowshare?
When sorrow comes, you ache
When love comes, you flourish
You are beginning and end
But you have no borders within you
You were born to create
To witness, to bear our sadness
Compassion and joy
No space is as deep as you
No sea as stormy as you
No sun as fiercely hot

Heart, why did you take the shape
Of a plowshare?
A plowshare that never stops plowing
Our sadness and joy
That never stops

Những điều liên quan

Sự dịu dàng chung thủy ở trong em
Như mạch nước tuôn âm thầm trong đất
Nhưng nếu anh trở lòng phản trắc
Mạch nước kia sẽ tắc lại giữa dòng

Em vui tươi hồn hậu tựa bông hoa
Tựa chú chim hót trên cây đào thắm
Nhưng nếu anh kiêu căng lười biếng
Gương mặt em sẽ lạnh tựa mùa đông

Lòng xinh đẹp nên mặt tươi sáng
Sự hồn nhiên làm ánh ỏi nụ cười
Nhưng nếu anh yếu mềm sợ hãi
Những nếp nhăn sẽ đọng lại mặt em

Chúng ta sống hoà vào nhau làm một
Như đất kia cần có khí trời
Như sông núi ruộng đồng chim lá
Nếu anh sống vô tư cao cả
Và vui tươi dũng cảm cần cù
Sự già nua sẽ chẳng đến cùng ta
Tâm hồn em mãi đẹp như buổi sớm.

Connections

Loyalty flows gently within me
Like water pulsing deep in the earth
But if you change and betray me
That pulse will stop in its course

I am content as a flower
A singing bird in a peach tree in bloom
But if you are smug or shiftless
My face will be cold as winter

A beautiful heart makes a bright face
Guilelessness lights a smile
But if you are weak or fearful
Lines will gather in my face

We flow together, becoming one
Like the earth that needs the air
Rivers mountains fields birds leaves
If you are noble, without care
Gladly brave and industrious
Old age will not reach out for us
My soul will stay beautiful as the dawn

Buổi sớm

O ò o
O ò o
Gà trống dồn ánh ngày căng đầy buồng phổi
Cái chổi của bà quét đi từng mảng tối
Ánh trăng tan vào hoa cau
Nồi cơm sôi có tiếng cơn mưa
Mẹ xắn quần nghiêng vai gánh hạt
Cha nhả khói điếu cày từng hơi xanh ngát

Những giọng cười xa
Thấp thoáng
Đường làng cỏ ướt
Tơ giăng
Bến chợ xôn xao rau cải
Mái chèo quẩy nhẹ
Sông rung

Đêm như cái trứng
Nở ra ban ngày
Tiếng chim mơ ngủ hàng cây
Sao rụng đầy bể nước...

Có một anh lười
Bao lâu ngủ muộn
Sáng nay dậy sớm
Đứng nhìn trời đất rạng đông
Bỗng dưng buồn bã trong lòng
Vì biết rằng mình đã mất
Biết bao buổi sớm mát trong

Dawn

Cock a-doo—
Cock a-doo—
The rooster fills his lungs with daylight
The grandmother's broom sweeps layers of night away
Moonlight dissolves in areca blossoms
The boiling rice-pot sounds like a burst of rain
The mother rolls up her pants
And lifts her shoulder pole to carry seed
The father exhales pipe smoke
Breath by gray-blue breath

In the distance voices laugh
In the mist by the village road
The damp grass is indistinct
The spider webs
The river market is bustling
With mustard greens
An oar rustles lightly
The river trembles

Night blooms
Like an egg into day
Dreaming birds sing in the trees
Falling stars fill the cistern

There's a lazy man
Who often sleeps late
This morning he wakes early
And stands to watch the day break
Now his idleness saddens him
Because he knows it has made him lose
All those clear cool dawns

Phố thơ lục bát

Êm như điệu thơ lục bát
Hội An, phố cổ lạ lùng
Như chiếc đàn xưa bên biển
Dạt dào tiếng sóng ngân rung

Cỏ rêu mọc xanh trên mái
Nhà nghiêng đường lượn nét cong
Thời gian khảm trên câu đối
Sân trời gió biển mênh mông

Bao đời đi qua phố cổ
Áo xiêm còn nghe mùi hương
Ánh nhìn không bao giờ tắt
Trên nét hoa văn dị thường

Phố lặng tiếng thoi còn thức
Phải tim đập nhịp Hội An
Sân chùa say nhìn dấu Phật
Chợt ghi ta ngân tiếng đàn

Chiếc lá nhẹ rơi bên lối
Nỗi buồn sao cứ ngân vang
Phố cổ ngỡ mình cũng cổ
Như người xưa với Hội An

Đời có cho tôi lần nữa
Lang thang trên dấu chân mình
Để nghe dư âm ngày tháng
Trong từng hạt bụi lặng im

Lục Bát Streets

Calm, like *lục bát* rhythm
Hoi An, its quaint old streets
Like an ancient musical instrument
Resounding with breaking surf

Grass and moss grow on roofs
Houses slant like pen-strokes
Like couplets inlaid with time
Courtyards with wind, sea, sky

Many have crossed these streets
Silk clothes still hold their scents
The light still gazes, shining
On the houses' ornaments

On a silent street a shuttle
Keeps time with Hoi An's heart
The temple courtyard, its trace of the Buddha
And then a strummed guitar

A leaf drifts down beside the path
My sadness keeps resounding
The streets make me feel ancient too
Like an old friend of Hoi An

Life's given me another chance
To follow my own footprints
So I can hear the echoes of time
In silent grains of dust

Phố – thơ – lục – bát tôi ơi
Xa xôi vẫn ở bên đời
Một khoảng xanh êm đằm thắm
Dập dờn chao giữa hồn tôi.

O my *lục bát* streets!
Though distant, you're still near
A peaceful space, deep and green
Swaying in my soul

Khoảng thời gian xanh biếc

Tôi bâng quơ hát một lời ca
Trước trời đất đầy hoa và gió
Và câu hát tơ non ngọn cỏ
Nhú lên mùa xuân

Ai biết lời ca tôi bay về đâu
Trong nắng vàng tươi hay cánh đàn chim trắng
Xôn xao thời gian tình đời như lá thắm
Lời ca có ở trong màu cây ?

Mùa xuân này tôi lại đến nơi đây
Bỗng chợt nhớ khoảng đời thuở trước
Trên bước chân tình yêu câu ca xưa trở lại
Ngân lên từ sâu thẳm trái tim tôi

Mảnh tâm hồn ánh ỏi thắm tươi
Theo đàn bướm chợt về trên hoa cỏ
Nghe xa vọng một điều gì không rõ
Những tiếng thầm như men rượu bừng lên...

Tôi đã trải bao vui buồn, sướng khổ
Trước cuộc đời vất vả gian lao
Năm tháng dày thêm xa dần tuổi nhỏ
Giai điệu xưa chẳng quên được đâu nào

Theo bài ca tôi về tìm lại
Khoảng thời gian xanh biếc dưới cỏ mềm
Cái quãng đời vô tư trong sáng
Lại rộn ràng từ hoa cỏ mọc lên

A Deep Green Time

Vaguely I sing the words of a song
In a universe filled with flowers and wind
The words I sing are fragile blades of grass
Pushing forth spring

Who knows where my words fly
In sun's gold light, on the wings of white birds
Stirring time and life like dark leaves
Do the words live in the leaves' color?

Returning to this place in spring
I remember a distant time
In the footsteps of love the words of a song
Resound from deep in my heart

A flock of butterflies suddenly lights
And illuminates a sliver of soul
In the distance I hear something—
Whispering sounds, like wine fermenting

I have worked very hard in my life
I have lived through many sorrows and joys
The years between now and childhood thicken
But the melody can't be forgotten

I follow the old song and search
Beneath the grass for a deep green time
A time without blemish, full of light, rising
Again, rejoicing, from flowers and grass

Du ca – dế

Xin cho tôi suốt đời làm con dế
Hát li ti trong cỏ xanh non
Choàng mở mắt trăm hạt sương lấp lánh
Vọng lời tôi rung bao chiếc chuông con

Những tia nắng thu tiếng chuông vào cỏ
Tôi thu tôi vào tổ chờ đêm
Lại ngu ngơ hát bài ca muôn thuở
Li ti, li ti thẳm biếc quá êm đềm

Đừng bắt tôi, đừng bắt tôi, anh bạn
Tôi đâu muốn anh hùng, đâu muốn chiến công
Bao trận đấu quyết tử cùng đồng loại
Người bắt xông lên
Tôi chỉ muốn cúi đầu
Dẫu chiến thắng, lòng tôi đầy thương tích
Bạn tôi kia, chân gãy, thân tàn
Vết thương bạn, vết thương tôi rớm máu
Người hét hò, người hay biết gì đâu

Thôi xin hãy cho tôi làm con dế
Hát vu vơ lời cỏ dại khờ
Ngắm sao trời ngân lời đồng vọng
Uống nắng trời như mật ngọt loài ong

Thôi xin hãy cho tôi làm con dế
Nằm trong nôi xanh biếc cội nguồn
Ngày gục chết có giọt sương trong vắt
Nhỏ vào hồn làm nước mắt, nụ hôn

Cricket Song

Please let me go through life as a cricket
Singing a tiny song in the tender grass
Opening my eyes to shining dewdrops
My words ringing like little bells

Sunbeams gather bell-sounds in the grass
I gather myself in my nest, waiting for night
Guileless, I sing my timeless song
Burrowing in my peaceful green carpet

Don't capture me, don't capture me, my friend
I don't want to be heroic, I don't want glory
People have forced me to charge ahead
In many mortal battles with countrymen
But I just want to bow my head
I've won, but I'm full of wounds inside
My friend there, broken foot, wasted body—
My friend's wounds, my own wounds ooze
Ignorant people cheered us on

So please just let me be a cricket
Singing nonsense words in the silent grass
Watching stars as my song echoes through the field
Drinking in the sweet sun like honey

Please just let me be a cricket
Lying down in the green cradle where I began
On my dying day please let a single dewdrop
Trickle into my soul as a kiss, a tear

Dư âm

Có những tiếng gì
Quanh tôi lan tỏa
Lắng trong im lặng
Ta nghe dư âm

Dư âm ánh sao
Long lanh đôi mắt
Dư âm trời cao
Đọng trên vầng trán

Dư âm thảo nguyên
Gõ trong vó ngựa
Dư âm mái nhà
Lặng im sau cửa

Dư âm ánh trăng
Vĩ cầm run rẩy
Dư âm tháng ngày
Tiếng dòng sông chảy

Dư âm của lá
Bàn tay rất mềm
Dư âm ngọn lửa
Ngời trên môi em

Dư âm buồn xa
Mặn trong nước mắt
Dư âm nỗi chờ
Ngọn đèn không tắt

Echoes

Many sounds
Open around me
Listen in silence
Hear the echoes

Echoes of stars
Shining in eyes
Echoes of heaven
Met in a face

Echoes of grass
Hooves of a horse
Echo of roof
Hush behind doors

Echo of moonlight
Violin's quaver
Echo of time
Rushing river

Echo of leaf
The lightest hand
Echo of flame
Lips that shine

Echo of sadness
Salty tears
Echo of waiting
Lamp burning clear

Mảnh thiên thạch vỡ
Của trời nào đây
Dư âm vũ trụ
Tôi cầm trong tay

A meteorite
Sky in a stone
Echo of universe
Hand can hold

Hoa quỳnh

Như chỉ hoa quỳnh có
Cái màu trắng ấy thôi
Màu trắng muốt thơ ngây
Chẳng lẫn vào đâu được

Đời của hoa thơm ngát
Con ong nào biết đâu
Hoa nở trong lặng lẽ
Âm thầm vào đêm sâu

E ấp mà kiêu hãnh
Hoa nghiêng trong trăng sao
Như đàn thiên nga nhỏ
Sắp bay lên trời cao

Chợt quên, tôi thiếp ngủ
Để trôi qua phút giây
Cái phút hoa quỳnh nở
Làm sao tìm lại đây

Cái phút hoa quỳnh nở
Nó thế nào hở trăng ?
Nó thế nào hở sao ?
Nó thế nào hở gió ?

Giây phút ấy đi qua
Và thời gian đến trước
Làm sao xin lại được
Xin lại một lần hoa

Từng cánh khép lại rồi
Hoa lả mềm giấc ngủ

Night-Blooming Cereus

Only the night-blooming cereus
Has just that white color
A childlike white
That cannot be mistaken

No bee has ever known
The life of this fragrant flower
In silence the flower blooms
In the dead of night

Secretive but proud
It bends under moon and stars
Like a flock of sleeping swans
About to fly up in the sky

Forgetting, I fall asleep
Letting go of time
Missing the very minute
The cereus blooms

How can I recover
That moment of blooming?
How did it feel, moon?
Stars, wind: how did it feel?

That moment has gone past
Time has gone ahead
How can I recover
The time of the flower?

Now the petals are shut
The exhausted flower sleeps

Ôi phút hoa hiến dâng
Hồn tôi không kịp hái !

Hồn tôi không kịp hái
Thời gian dầu dừng chân
Một khoảng tôi để quên
Có nghĩa là đã mất.

The moment the flower opened
My soul could not pluck it

My soul missed the chance
Now even if time could stop
The time that I let go
Is lost forever

Không đề

Cuộc đời em vo tròn lại
Và ném vào cuộc đời anh
Nó sẽ lăn sâu tận đáy cuộc đời anh
Sâu cho đến tận... cái chết

Trời ơi
Làm sao có một cuộc đời
Để cho tôi ném đời mình vào đó
Mà không hề cân nhắc, đắn đo
Rằng: cuộc đời ấy còn chưa đủ...

Untitled

My life rolls into a ball
And throws itself into your life
It will roll all the way to the bottom
Of your life, all the way to death

Oh God, if there were a life
Where I could throw my own life—
A life I would not weigh and measure
And say: That's not enough

Thiên thạch

Một mảnh thiên thạch nhỏ
Trong lòng bàn tay tôi
Trong lòng bàn tay tôi
Một ánh sao đã tắt

Cháy qua nghìn độ lửa
Mảnh sao giờ mát êm
Ôi người bạn trên cao
Làm sao hiểu được người
Khi ánh sao còn sống
Sao quá đỗi xa vời

Ôi màu đen thăm thẳm
Thiên thạch đã yên nằm
Có bao giờ tỉnh giấc
Nhớ trời xanh xa xăm ?

Nhớ gì không sao ơi
Thuở tinh vân vũ trụ
Tiếng ầm ầm réo sôi
Mặt trời tuôn lửa dữ

Nhớ gì không sao ơi
Khi người còn sáng chói
Đêm khuya người nhìn ai
Hai nỗi niềm vời vợi

Người hiểu chi trái đất
Người hiểu chi con người
Và tình yêu sao hỡi
Có biết bao năm rồi

Meteorite

A small piece of meteorite
In the palm of my hand
In the palm of my hand
Extinguished starlight

Burned in fierce hot fire
Smooth piece of cooled star
Oh friend from high above
How can you understand us?
When your light was still alive
You were far away

Deep black meteorite
Resting peacefully here
Will you ever awaken
And long for the distant sky?

Do you still remember oh star
The primeval forces
The harsh boiling sounds
The sun pouring out its fire?

Do you still remember oh star
When you dazzled brightly
And looked at someone at night?
Two impossibly separate feelings

Do you understand earth?
And do you understand us?
How many years oh star
Has love existed?

Và con người đã sống
Trên trái đất biếc xanh
Với trái tim vang vọng
Hồn thiên nhiên trong lành

Từ nơi xa người đến
Mảnh sao kỳ lạ ơi
Tôi không sao quên nổi
Giây phút người vỡ tan
Quét trời đêm sáng chói

People have lived so long
Here on the deep green earth
With hearts that keep resounding
And pure souls

From a distant place you come
Oh strange piece of star
I can never forget the moment
You burst and swept the night
With your dazzling light

Đi cùng sông Hương

Vô tư chảy
Vô tư xanh
Thu cả hồn trời mà chẳng biết !
Những ngôi sao lặng im
Vời vợi soi nhau
Tinh nghịch trốn tìm

Lặng yên xanh
Giấu lòng mình xao động
Bởi biết đời
Sắc sắc – không không

Đi dọc sông Hương
Đi cùng sông Hương
Tôi như đứa trẻ con bị lạc
Ngu ngơ trôi
Quên cả phố nhà
Như cơn gió
Không biết nơi dừng lại
Cứ theo sông
Vỗ mãi tới trời xa

Nếu được lạc cùng sông
Xin lạc mãi
Để hồn trôi êm ái khúc du ca

With the Perfume River

Impartially flowing
Impartially blue
It gathers the sky's soul but doesn't know it
From its depths the silent stars
Play hide and seek
Lighting each other

The calm silent blue
Hides my agitated heart
Because it knows that life
Is full and empty

Moving along the Perfume River
Moving with the Perfume River
I'm like a lost child
Aimlessly drifting
Forgetting even the street where I live
Like a gust of wind
That doesn't know where it will stop
That follows the river on
Toward the horizon

If I could lose myself with the river
I would want to stay lost
So my soul could go on drifting
Calm as a wanderer's song

Bông súng trắng

Chợt như gặp nỗi vui mừng
Một bông súng trắng ngập ngừng hiện ra,
Hồ xanh thẳm, gió bao la
Chỉ bông súng nhỏ thiết tha chuyện trò,
Trong lành như tuổi thơ ta
Nằm trong nôi mẹ ơi à khẽ ru.

White Water Lily

Like a sudden feeling of gladness
A small white water lily appears
In a vast wind, on a deep blue lake
Only the faltering lily speaks
Clear and pure as when I lay
Lullabied in my cradle

Cái tổ chim

Lặng im đến lạ lùng
Từng cọng rơm, cọng cỏ
Lặng im như run lên
Cái tổ chim bé nhỏ

Một quả trứng màu ngà
Như sự sống ngân nga
Dâng lên trong chiếc tổ
Chim mẹ vụt bay ra

Chiếc tổ đứng một mình
Với nặng đầy quả trứng
Tổ trải hết lòng mình
Trong lặng yên đằm thắm

Từng cọng rơm cọng cỏ
Đan nhau không linh hồn
Bỗng thành những tơ đàn
Khi chạm vào quả trứng

Rồi như là quả trứng
Cho chiếc tổ trái tim
Nóng bừng từng nhịp đập
Trong sắc trắng im lìm

Rồi như là quả trứng
Cho chiếc tổ thành nôi
Và tôi nghe, tôi nghe
Từng nhịp đưa yên lặng

Cỏ rơm khô ấp ủ
Quả trứng ngà tinh khôi

The Nest

Mysterious silence deepens
Each strand of straw and grass
Silence seems to shake
The small nest

A single ivory egg
Like life's chanting voice
Rises from the nest
As the mother bird flies out

Now the nest sits alone
With its full heavy egg
The nest spreads itself out
In the deep stillness

Strands of straw and grass
Woven without soul
Become musical strings
When they touch the egg

Then the egg seems
To give the nest a heart
Each pulse sending heat
Into the dead-white silence

Then the egg seems
To make the nest a cradle
And I begin to hear
The silent rocking

Dry grass and straw protect
The beautiful ivory egg

Cái chết nâng cái sống
Đời – rưng rưng lòng tôi

Sẽ vươn ra ngoài vỏ
Cái mỏ chim nhỏ nhoi
Như mầm cây tách hạt
Tha thiết nhú lên đời

Và bắt đầu từ đó
Bao chân trời sinh sôi !

Death supports life
Deep inside, I am moved

The baby bird's small beak
Will reach outside the shell
Like a sprout splitting a seed
Insistent life will emerge

And from that small beginning
Many skies will fill with life

Một thời con gái

Mẹ có một thời con gái
Như tơ trời quá mong manh
Mẹ sinh con là con gái
Hạnh phúc niềm đau một lần

Mẹ có một thời con gái
Như hạt sương màu cỏ xanh
Phút chốc nắng về tan biến
Giật mình nước mắt long lanh

Thắm tươi bảy sắc cầu vồng
Cái thời bao giờ cũng đẹp
Nụ cười với ánh mắt trong
Hồn nhiên trời xanh mênh mông

Đời có bao giờ hết khổ
Con gái bao giờ hết lo
Đường đời biết bao mưa gió
Mà con quá đỗi ngây thơ

Bây chừ tuổi ăn tuổi ngủ
Trong vòng tay mẹ lớn khôn
Ngủ đi con cho đẫy giấc
Mai sau lắm lúc giận hờn...

Con chớm vào thời thiếu nữ
Ngực nhô chút sóng phập phồng
Cánh tay lẳn tròn ngà ngọc
Cái mũi hếch vào mênh mông

Con ơi mẹ nhìn con ngủ
Biết thời con gái kề bên

Girl

I was once a girl
Like a delicate thread of sky
The child I bore is a girl
Sorrow and joy at the same time

I was once a girl
Like a drop of grass-green dew
That disappears with the sun
Drawing out silent tears

Like the seven rainbow colors
The time of girlhood shines
A smile lit with clear eyes
As natural as the sky

Will life always be sad?
Will girls always worry?
Life is filled with rain and wind
But you are still innocent

Now is your time to sleep and eat
To grow in my arms' circle
Go to sleep now, child
Angry cries will come later

You will start to grow up
Your chest heaving with worries
Your ivory arm firm
Your nose raised to the air

Oh child, I watch you sleep
Your girlhood by my side

Rồi mai phút nào cay cực
Mẹ có còn mà gọi tên

Tự mình phải hiểu mình thôi
Làm thân con gái một đời
Buồn lo lặn vào trong mắt
Nụ cười cứ nở trên môi.

In tomorrow's difficult times
Will I still be able to call you?

One must understand oneself
A girl who lives this life
Must bury sadness in her eyes
While a smile opens on her lips

Trái tim sinh nở

Trái tim có mấy phần buồn
Mấy phần vui sướng nhớ thương mấy phần
Phần yêu em gửi cho anh
Còn phần hi vọng em dành cho con
Mấy phần chờ đợi mỏi mòn.
Mẹ em đã nhận lúc còn tuổi xinh
Người xưa nào có phụ tình
Mà sao mẹ chịu một mình khổ đau.
Thác ghềnh nước cả, sông sâu.
Chống chèo mình mẹ đương đầu bão giông
Buồn lo mẹ dấu bên lòng.
Nuôi em trong dạ, mẹ mong từng ngày.
Nỗi mình biết ngỏ ai hay
Bao đêm nước mắt vơi đầy, mẹ ơi
Khi em cất tiếng chào đời
Trái tim mẹ tưởng héo rồi lại tươi
Đời nay mơ ước rộng dài
Trái tim đập tới ngày mai êm đềm
Mẹ cho anh trái tim em
Trái tim yêu, trái ấm mềm anh ơi
Trái tim sinh nở giữa đời
Những con ta lại hát lời mẹ ru,
Biếc xanh là sắc mùa thu
Vàng tươi là lúa, mịt mù là mây,
Ngày, đêm, sớm, tối đổi thay,
Trái tim vẫn một bầu đầy đỏ tươi,
Dẫu khi tắt nghỉ cuộc đời,
Trái tim mẹ giữa đất trời còn yêu...

The Fertile Heart

The heart has several parts of sorrow
Of happiness, of yearning
A part of love I give to you
A part of hope I save for our children

There were many parts of waiting
When my mother was lovely and young
Men in those days were not betrayers
But my mother suffered alone

She rowed against the gale
Rushing waterfalls, deep rivers
She hid her sadness and counted days
Nourishing me inside her

How many nights did her tears well up?
With whom could she share her sadness?
When I uttered my first cry at birth
Her withered heart became fresh again

Life is wide with promises now
The heart is beating toward calm
My mother bequeathed her heart to you
A loving heart, tender and warm

The heart gives birth in the middle of life
Our children sing mother's lullabies
The color of autumn is deep blue
The rice is gold, the clouds are white

The heart is a sphere, full and red
Morning to evening, day to night
Even when life comes to an end
A mother's heart loves, in earth and sky

Cảnh tượng

Ba em bé quây tròn bên người mẹ
Bằng chiếc dây từng múi buộc kỹ càng
Hẳn người mẹ sợ đàn con trôi lạc
Khi biết mình không thể cưu mang.

Chị tìm kiếm từng đôi tay nhỏ bé
Trong sóng cuồng mùi da thịt chìm sâu
Nào con hời đưa cho mẹ buộc
Nghìn mũi kim thắt tim mẹ đớn đau.

Và người mẹ lần trong đêm bão gió
Buộc đàn con quây lại bên mình
Đàn trẻ nhỏ làm sao hiểu nổi
Phút cuối cùng được mẹ ấp vào tim.

Tất cả vẹn nguyên là một gia đình
Nhưng cảnh tượng như là hóa thạch
Trời xanh ngắt nỗi đau nào có đáy
Chỉ có mắt người sâu thẳm lặng im.

Viết sau cơn bão 1985

Tableau

Three small children surround their mother
Held by a rope tied with careful knots
She feared they might drift away from her
When she could no longer carry them

She searched for each small hand
In the raging water flooding their bodies
Children, she said, let me tie your hands
A thousand needles pierced her heart

She felt her way through the fierce night
Her little ones fastened around her
In their final moments they couldn't understand
Their mother made a nest for them in her heart

The family is together now
But the scene is like a sculpture carved from stone
Sadness fills the deep blue sky
While our eyes fill with deepest silence

1985, after the hurricane

Chuyện cũ tuổi thơ

Một lỗi lầm của tuổi thơ xa
Tiếng gà, tiếng gà bắt tôi nhớ lại
Chiều đầu thu nắng mềm như lụa trải
Mẹ tôi đi chợ xa, nhà vắng, một mình tôi

Có một mẹ gà đẻ ổ trứng tròn
Và chị ấp suốt hơn nửa tháng
Buổi sáng ấy tôi nghe chíp chíp
Tiếng phát ra từ cái ổ rơm

Tôi lấy roi đuổi chị gà đi
Mắt tròn xoe đứng nhìn chăm chú
Kìa, lạ chưa có bao cái mỏ
Chìa ra ngoài lớp vỏ kêu lên

Chíp, chíp, chíp, gian nhà vui thêm
Chíp, chíp, chíp... lòng tôi hớn hở
Tưởng những chú gà thiết tha gọi cửa
Để được tự do chạy nhảy ngoài vườn

Mắt tò mò tôi nhìn ổ trứng
Rồi lấy tay bóc lớp vỏ đi
Những chú gà tôi vừa giải thoát
Lông chưa khô, chân run dưới nắng trời

Tôi vui sướng vỗ tay reo nhảy
Quanh đàn gà đủ màu sắc tươi vui
Bỗng những chú gà ngã lăn ra đất
Chân nhũn mềm, hai mắt nhắm nghiền

Mẹ tôi về không lời mắng chửi
Nhìn đàn gà, mắt trách móc nhìn tôi

Childhood Story

Whenever I hear chickens cluck
I remember an early fall afternoon
The sun was soft as spreading silk
My mother, gone to market, had left me alone

For more than two weeks
A mother hen had sat on her eggs
That morning I heard *cheep cheep*
Break from her straw nest

I chased the hen away with a stick
And looked with round eyes at the nest
Beaks were pushing through the shells
Making those crying sounds

Cheep cheep, the house cheered
Cheep cheep, my heart rejoiced
As I imagined chicks at the door
Asking to be set free to run in the garden

My curious eyes looked at the nest
Then my hand peeled back the shells
There were the chicks I had rescued
Down still wet, feet trembling in the sun

I clapped my hands, shouted and danced
Around the bright-colored nest
Then suddenly the chicks fell over
Feet gone limp, eyes shut tight

When my mother returned she did not scold
She looked at the chicks, then looked at me

Rồi mẹ nói: – con ơi chưa đến lúc
Đàn gà đây ngày nữa mới ra đời

Sông cuộn dòng, năm tháng dần trôi
Hoa cải vàng ơi, tôi đâu còn bé
Và mỗi khi nghe tiếng gà gọi mẹ
Tôi lại nhớ về chuyện cũ xa xôi...

Child, she said, it wasn't time—
The chicks needed another day

The river rolls on, the years rush by
Oh yellow flower, I'm not a child
But I remember that afternoon
Whenever I hear chicks call for their mother

Cốm non

Tặng bạn gái N.T.H.NG

Lá sen xanh ôm xanh non cốm
Tấm lòng mày nhân hậu làm sao
Xa cách vậy thương bạn từng hạt cốm
Đời dẫu sao vẫn còn chút ngọt ngào

Tuổi thì lớn mà tính còn con nít
Tao nghĩ mày như hạt cốm non
Cốm non xanh đến trào nước mắt
Thơ ngây ơi, thoáng chốc đã không còn

Nhón hạt cốm hương đồng thơm ngọt lưỡi
Chợt nhớ về giọt sữa mẹ ngày xa
Hạt cốm như gương thần phản chiếu
Bao mẩu đời bé dại vèo qua...

Như cánh chuồn vụt bay không níu được
Hạt sương xanh – hạt cốm nhỏ tan dần
Cốm xanh ơi, ước chi người có phép
Khi chạm vào người ta hóa trẻ con

Green Rice

for my friend T.T.H.Ng

Green lotus leaves wrap grilled green rice
Your heart is generous, kind
Though far away, you're in these grains
Life always has bits of sweetness

Though grown now, you're still like a child
I think of you as grains of rice
Rice so green it makes me cry
Oh innocence, gone in a moment

The rice is sweet with the scent of fields
I remember drops of my mother's milk
A grain of green rice is a mirror
Where childhood scenes rush by

Like a dragonfly drifting out of reach
Green rice, green dewdrops dissolve
Oh green rice on my tongue, I wish
You could turn me back into a child

Đề tặng một giấc mơ

Con chim mang giấc mơ bay đi
Chú bé ngủ dưới trời sao sáng
Thanh thản
Đêm qua em mơ gì ?
Tôi mơ thành chim
Con chim trong mơ giọng hót nơi nào
Con chim trong mơ như nàng tiên cá
Câm lặng
Giọng hót rực rỡ
Suốt đời cất giữ
Riêng tặng cho người...
Bay qua, bay qua nghìn đêm
Bay qua, bay qua ngàn sao
Những chiếc lá phát sáng màu huyền thoại
Những bông hoa mang hình bàn tay, ngón tay
Ru ru ru ru
Ru êm

Chú bé là ai
Chú bé là tôi
Con chim là ai
Con chim là tôi
Giấc mơ là ai
Giấc mơ là tôi

Đêm qua
Tôi mơ thành tôi
Tôi mơ thành chim
Tôi mơ thành giấc mơ

Dedicated to a Dream

A bird brings a dream and flies away
A little boy sleeps under a starlit sky
He has no worries
What did you dream last night?
I dreamed I became a bird
Where was the voice of the dream-bird from?
The bird was like a mermaid
It was silent
Its radiant song
Kept all its life
As a gift for one person

Flying through a thousand nights
Flying through a thousand stars
Leaves gleaming a mythical color
Flowers shaped like fingers and hands—
Sleep now sleep
Now sleep

Who was the boy?
I was the boy
Who was the bird?
I was the bird
Who was the dream?
I was the dream

Last night
I dreamed I became myself
I dreamed I became a bird
I dreamed I became a dream

Không đề

Trên cánh đồng của chính mình
Tôi thu lượm bón chăm và gieo vãi
Những hạt giống nhiệm màu cất kỹ
Ngỡ mùa sau thành cây trái vàng mơ

Nhưng ngoảnh lại
Giật mình
Hoang vắng
Bởi tôi đã gieo tôi cần kiệt không ngờ !

Untitled

In the fields of myself
I gathered, nurtured, sowed seeds
Magic seeds I had kept very carefully
Thinking of the delicious yellow fruit they would become

But then I looked back
Startled
And empty
Because I had sown those seeds in a barren self

Mưa

Mưa
Qua đêm
Qua tôi
Qua cánh đồng trời
Mù khơi
Vội vội

Mưa xóa đi chính mình
Như một gã điên
Không trí nhớ
Rối tung
Xiên và thẳng

Mưa xóa đi chính mình
Khỏa thân trắng
Vóc dạng thiếu nữ
Mịn màng trong suốt
Mưa xóa đi chính mình
Mà đâu nào hay biết

Và ta
Cũng như mưa
Xóa đi chính mình
Từng vết
Từng mảng
Cho đến khi
Chỉ còn
Một giọt
Ngơ ngác
Trên lá xanh
Đợi mặt trời
Phấp phổng
Tan
Biến...

Rain

Rain
Through the night
Through me
Through fields of sky
Like sea mist
Flying

The rain erases itself
Like a crazy man
With no memory
Confused
Slanting, then straight

The rain erases itself
Nude, blank
A young girl's body
Smooth, transparent
The rain erases itself
But it doesn't know

And I
Like the rain
Erase myself
Piece by piece
Streak by streak
Until only one
Drop is left
Wondering
On a green leaf
Waiting for sun
Restless
To dissolve
And disappear

Quả thông trong vườn Pasternak

Tôi nâng trên tay quả thông nhẹ thênh
Quả thông trĩu nặng nỗi đau buồn ngày trước
Những quả thông – những quả chuông
Từ cao xanh rơi rơi...
Rung vang khu vườn ban mai trong suốt

Bây giờ dưới cỏ
Trái tim Người như quả chuông còn rung
Những quả thông rơi đầy vườn
Rơi như là nước mắt...

A Pine Cone in Pasternak's Garden

In my hand I hold a delicate pine cone
Made heavy with the weight of old sorrows
Pine cones are bells
Falling down from the distant blue
Echoing through the translucent morning garden

Beneath the grass
Your heart still rings like a bell
Pine cones fall in the garden
Fall like tears

Có một đường long não

Những lúc lòng buồn khổ
Ta thường đến bên người
Ơi những vòm long não
Thiên đường xanh của tôi

Sáng tròn bao phiến lá
Cây gieo ngọc lên trời
Gió từng chùm buông thả
Thầm thì về xa xôi

Tôi đi dưới hàng cây
Biết mình không còn bé
Cây cao lên mỗi ngày
Như tôi không còn trẻ

Tiếc nuối rồi cũng thế
Lá vàng ư ? Sẽ rơi
Lá vàng như cánh cửa
Khép đất xa cách trời !

Mà hương thơm long não
Dẫu đi xa nơi nào
Vẫn về trong giấc ngủ
Như một niềm khát khao

Có một đường long não
Nên xa Huế không đành
Có một đường long não
Nên nỗi buồn biếc xanh !

Row of Camphor Trees

Often when I feel sad
I come here, by your side
Oh vault of camphor trees
My green paradise

The leaves are bright green discs
The trees sow jade in the sky
And wind falls like fruit
Whispering into the distance

Walking beneath the trees
I know I'm not a child
The trees grow taller each day
And I grow older

Regret changes nothing
The yellow leaf? It falls
The yellow leaf is a door
Shutting earth from sky

But though the scent of camphor
May drift and fade away
It keeps returning in sleep
Like deep thirst

There's a row of camphor trees
That holds me here in Hue
A row of camphor trees
That greens my sadness

Mưa Sài Gòn

Bất ngờ
Tôi chìm trong mưa
Mưa Sài Gòn
Lời tỏ tình cuồng nhiệt
Ào ào chảy
Cuộn trôi như thác

Trời nặng trĩu
Lồng ngực đàn ông
Vỡ òa
yêu
yêu
yêu...

Tôi thiếu phụ không làm sao trôi được
Chợt tiếc thời thiếu nữ chẳng gặp mưa

Saigon Rain

All at once
I'm drenched
By rain
Saigon rain
Passionate words
Rushing wildly
Letting go like a waterfall

The heavy sky
Curved
Like a man's chest
Breaks open and love
Pours out
Love love

A married woman who can't let go
I'm suddenly sorry the girl I was
Never met the rain

Người tình hư ảo

Em ngồi đợi Vịnh Hạ Long mưa xối
Cơn bão xoay ly cà phê đen
Vịnh Hạ Long như người tình chưa gặp
Nỗi khát chờ xoáy lốc tim em

Có thể nào không gặp nhau được
Nếu bão giông em đành phải quay về
Giấc mơ đẹp – Vịnh Hạ Long có thể
Như là anh – mãi mãi chẳng thể gần

Hãy để cho trí tưởng tượng em
Bay như lá xuống mặt anh kỳ diệu
Khuôn mặt đẹp làm thánh thần gục ngã
Nét mơ màng như một gã lãng du

Thôi đành vậy, em đành thành sa mạc
Cúi chào anh
Cơn mưa cuối chân trời
Vịnh Hạ Long như người tình hư ảo
Một người yêu không có thật trong đời.

Illusive Lover

I wait in rain at Ha Long Bay
The storm churns black coffee in my cup
Ha Long Bay, like a lover I've never met
Desire is swirling anxiously in my heart

How can it be that we might not meet?
If it keeps storming, I might have to turn back
Ha Long Bay—a beautiful dream
Like you, forever distant

Please let my imagination
Fall like a leaf against your magical face
Your handsome face that humbles the gods
A wanderer's face, with dreamlike features

I am resigned: I will become a desert
And bow to say goodbye to you
In the rain that falls on the far horizon
Ha Long Bay is like an illusive lover
A lover who doesn't exist in this life

Bói sóng

Sóng vỗ vào
– Yêu
Sóng lùi lại
– Không yêu
Thuở nhỏ
Bói hoa
Bây giờ
Bói sóng
Trên bãi bờ
Lẻ đơn
Tôi đếm
– Yêu
– Không yêu

Sóng vỗ vào
Sóng lùi ra
Từng đợt
Hỏi trời xa
Ai lấy hết tuổi mình ?

– Yêu
– Không yêu
Lẽ thường tình
Sao vô nghĩa
Khi bóng chiều đã ngả
Ta thiếu phụ
Còn ai để gọi
Và còn gì
Để bói
Biển ơi !

By Waves

A wave rolls in
Loves me
A wave rolls out
Loves me not
When I was young
A flower
Told my fortune
Now it's waves
On the shore
Alone
I count
Loves me
Loves me not

A wave rolls in
A wave goes out
Each time I ask
The distant sky
Who took my years away

Loves me
Loves me not
Why do things
Become nonsense?
When the sun set
I became a woman
With no one to call
With nothing
Oh sea
Left to foretell

Nhỏ bé tựa búp bê

Làm sao anh đủ sâu
Cho em soi hết bóng

Làm sao anh đủ rộng
Che mát cho đời em

Làm sao anh đủ cao
Để thấy em cho hết

Cuộc đời bao nhọc mệt
Cuộc đời bao dịu êm
Người đàn bà bước lên
Người đàn bà lùi lại

Này tôi ơi, có phải
Làm một người đàn bà
Người ta phải nhỏ bé
Nhỏ bé tựa búp bê
Mới dễ dàng hạnh phúc ?

Small as a Doll

How can you be deep
Enough to reflect me?

How can you be wide
Enough to shade my life?

How can you be tall
Enough to see all of me?

A weary life
A sweet life
A woman steps forward
A woman steps back

Hey, me: how can you be
A woman, when a woman
Has to be small
Small as a doll
To find happiness?

Nụ tầm xuân đã khác

Quay ngược chiều thiếu nữ
Em đã thành thiếu phụ

Từ lâu rồi
Em không còn là của anh
Những ảo ảnh anh đuổi bắt
Không có thực
Những giấc mơ anh tìm kiếm
Không có thực

Từ lâu rồi
Em không còn là của anh
Em vùi chôn tuổi trẻ của mình
Trên tháng ngày khô cứng
Đôi khi giật mình
Xót một cơn mưa đã chết

Em đâu còn là em
Tiên nữ trong cây
Trinh nữ trong gai
Ánh cầu vồng bảy sắc
Tia nắng dịu dàng anh đuổi bắt...

Em đã thành người đàn bà khác
Bông hoa xanh nụ tầm xuân đã khác
Trách chi em, trách chi đời đen bạc
Khi chính mình lắm lúc tự vùi chôn...

The Wild Rosebud Has Changed

I turned away from being a girl
And became a married woman

I have not been yours
For a long time
The images you chase
Are not real
The dreams you seek
Are not real

I have not been yours
For a long time
I bury my youth
In hard dry days
Sometimes I startle myself
Feeling sorry for the dead rain

I am no longer me—
A fairy in a tree
The virgin in the thorns
The seven colors of the rainbow
The sweet sunlight you chase

I am a changed woman
The still-green rosebud has changed
There's nothing, not even this faded life to blame—
We bury ourselves

Cây mận của em

Cô ấy là cây mận của anh
Cắm rễ vào đất đai của anh
Tỏa bóng vào trời xanh của anh

Em chẳng là cây mận của ai
Em là cây mận của em
Bám rễ vào đất đai thẳm sâu là nỗi buồn
Và trời xanh là lòng kiêu hãnh

My Plum Tree

She is your plum tree
Rooted in your earth
Spreading green shade in your blue sky

I am no one's plum tree
I am my own plum tree
My sadness is rooted deep in the earth
The blue sky is my proud spirit

Ngoảnh lại

Bây giờ xa
Đã quá xa rồi
Thời trẻ dại
Câu thơ hiền như nước
Xanh như lá
Mơ hồ như gió
Lãng đãng mây chiều ngơ ngác trôi

Bây giờ xa
Tiếc nuối cũng đành thôi
Tôi chẳng còn tôi xưa
Thơ đã già hơn tuổi
Tìm đâu được những câu thơ trinh nữ
Suốt một thời ánh ỏi sống bên ta

Năm tháng tươi xanh
Đời đến lúc cỗi già
Ta mãi thơ ngây
Thơ ngây nào được nữa !
Ta thành trái mà hồn còn như lá
Cứ xanh hoài chồi biếc thuở non tơ

Looking Back

Far away
From that wild young time
When the lines of a poem were like water
Green as leaves
Vague as wind
Drifting like clouds in late afternoon

Far away
I no longer regret
That I am not my old self
My poems are older than I am
Where is the young girl's poetry
That lived and shone with me all my life?

The green years are gone
It's time for old age
But I'm still young—
How can this be?
I became fruit but my soul is a leaf
An endlessly green bud of a tender time

Mẹ ngày xưa

Tặng con gái Dạ Thư

Khi con lớn lời yêu chớm nụ
Mẹ nhớ mẹ xưa mắt sáng tóc thề
Thuở mới sinh con mẹ còn trẻ lắm
Tiếng chim gù xanh biếc đồng quê

Khi con lớn bao chàng trai đến
Mẹ đâu còn là mẹ của ngày xưa
Bóng dáng xa vời con đi lẫm chẫm
Tiếng con cười trong vắt cơn mưa

Thời gian khổ thiếu ăn đói ngủ
Đôi vú teo – con hút sữa cạn dòng
Nay con lớn ký ức còn thoáng hiện
Có bao giờ con nhớ mẹ xưa không ?

Mẹ ngày xưa trẻ trung đến vậy
Thuở con còn bé bỏng nôi đưa
Mới ban mai đã chiều nhạt nắng
Mẹ bây giờ chợt nhớ mẹ ngày xưa

Mẹ như cửa sông nhớ về nguồn trong vắt
Biển kề bên sóng cứ muốn ngược lên ngàn
Sóng bạc đầu – mẹ bây giờ, con hỡi
Da diết vô cùng muốn trở lại mẹ ngày xưa.

Yesterday's Mother

for my daughter Dạ Thư

Now that you're grown and love is about to bloom
I remember the mother I was, bright eyes, long hair
When I first gave birth I was still very young
A bird cooing in deep green village fields

Now that you're grown, the young men come
I am no longer the mother of yesterday
When your first steps were a distant shadow
When your laughter rang like a burst of rain

A time of needing food and sleep
My breasts shrank as you sucked them dry
Now that you're grown, do you ever remember
The mother of yesterday?

It seems like this morning a very young mother
Rocked you, a tiny child, in your cradle
But the afternoon light is fading now
As today's mother remembers yesterday's

Like an estuary I long for my source
Waves and current yearning to turn back
Waves with silver heads, dear child, like me
Endlessly reaching back for yesterday's mother

Ném thia lia

Thôi thì ta với hồ xanh
Ném thia lia – sóng bỗng thành bạn chơi
Đá xanh chém vút ngang trời.
Tung từng con nước trắng ngời sáng lên
Đá cho sóng đôi cánh mềm
Hay sóng cho đá bay trên mặt hồ ?
Cám ơn trò chơi ngây thơ
Cho ta gặp tuổi dại khờ thuở nao
Đuổi tìm nhau bước thấp cao
Sóng cười đá nhảy ngả vào hồ thơm

Ước gì cầm được cô đơn
Ném thia lia để hóa buồn thành vui

Skipping Stones

Alone with the blue lake
I'm skipping stones, playing with waves
A blue stone cuts across the sky
White water rises shining into the air
The stone gives wings to the waves
Or maybe the waves make the stone fly

Playing my childhood game
I meet my vanished youth again
As they chase each other under and over
The waves laugh, the stones leap in the lake
If only I could gather my loneliness
Into this stone and turn my sorrow to joy

Làm gì có biển

Giá mà ta được làm cây
Để khóc như lá rơi gầy giọt xanh
Rơi thanh thản, rơi yên lành
Chỉ đất thấu hiểu ngọn ngành nỗi đau

Giá mà ta được làm mây
Để cười một trận thơ ngây giữa trời
Ào ào hào sảng tan trôi
Cười mà như khóc ai người biết cho

Giá mà ta được làm sông
Biết ra tới biển là không còn mình
Bất cần ngàn sóng coi khinh
Mặn mòi đã thấu tan mình sá chi

Làm gì có biển mà đi
Sông đành chua xót thầm thì cùng sông.

There is No Sea

If I could be a tree
Weeping drops of thin leaves
Falling quietly, falling gently
Letting earth understand its feelings

If I could be a cloud
Laughing an outburst into the sky
Rushing wildly, drifting, dispersing
Smiling yet weeping, who knows why

If I could be a river
Reaching the sea and losing its body
Ignoring the scornful waves looking on
Not minding its own dissolving

There is no sea: the river whispers
Sadly to nothing except the river

Một quỳnh một ta

Sao không là hai
Mà quỳnh chỉ một
Trăng một đóa trời
Quỳnh đóa trần gian
Mỏng tang, mỏng tang

Trăng cô đơn trời
Quỳnh ơi, ta ngồi
Một quỳnh, một ta
Lặng thầm, thiết tha

Hỡi người quân tử
Hiểu lòng ta chăng
Nào nâng ly nhé
Rượu mình là trăng

Có cũng như không
Rượu suông càng say
Quỳnh ơi, thương quá
Nào hai ly đầy !

Đêm một mình ta
Hoa quỳnh một đóa
Ngước mặt soi nhau
Vui buồn thấu cả

Sao không là hai
Mà quỳnh chỉ một
Rưng rưng nỗi lòng
Ứa ra từ gốc

The Night-Blooming Cereus and I

Why only one
Why not two
One moon, one bloom in the sky
One elusive cereus
Exiled to earth

The moon, the bereft sky—
Oh cereus, I sit and watch
One silent bloom
One yearning self

Do you know me
Noble one?
Come, let's lift our glasses
Our wine is the moon

What we have, what we don't—
Just this wine intoxicates
Here, cherished flower
Are two full glasses

I am alone tonight
With one lone cereus, one bloom
We reflect each other's faces
Their sorrow and joy

Why only one
Why not two
Feeling seeps up
Through your deep roots

Xin cho một khắc
Được hóa làm quỳnh
Nở cùng đơn độc
Để đời có đôi.

For a moment I wish to be
A night-blooming cereus
To mate with solitude
And make two

Người đàn bà mặc áo choàng đen

Người đàn bà đi ra đường
Gió mùa xuân choàng qua vai thiếu phụ
Người đàn bà nói một câu rất nhỏ
Chỉ để mình nghe
Chỉ để gió nghe...

Tưởng như chẳng có gì hối tiếc
Hoa cỏ vô tư nở dưới chân mình
Tưởng như chẳng có gì khó nhọc
Từng bước nàng lướt nhẹ thinh không

Sao không mặc áo hồng, áo tím
Nàng choàng chi màu đêm
Bộ áo đen như chiếc quan tài
Khâm liệm bao lỗi lầm vương vãi

Chẳng thể chôn những ảnh hình tan hiện
Dẫu cho nàng đã cố tình chôn
Trái tim đau là phần đất, có thể
Chiếc quan tài kia đặt xuống nặng nề

Nhưng nàng ơi, cuộc đời không phải thế
Mình tự chôn mình
Ngu ngốc làm sao
Hãy ngước nhìn trời cao sẽ thấy
Xuân còn đầy run rẩy, nôn nao...

Woman Wearing Black

A woman walks down the road
Spring wind drapes her shoulders
She utters one small phrase
Just so she may hear herself
Just so the wind may hear

As if there were nothing to regret
Wildflowers grow free, under her feet
As if there were nothing difficult
Step by step she glides past

Why doesn't she wear purple or pink?
She wears nothing but black
Black clothes like a coffin
Shrouding her scattered mistakes

She cannot bury the flickering images
The ones she means to bury
Perhaps her aching heart is the earth
Where that heavy coffin is laid

Oh woman, life is not like this
Why do you foolishly bury yourself?
If you look up at the distant sky you'll see
Spring trembling all over, anxiously trembling

Bạn gái

Gửi các bạn gái thân yêu

Xúm xít như chùm quả
Bạn gái tôi đấy mà
Rạng rỡ như trái gấc
Dịu hiền như trái na
Góc cạnh như quả khế
Thảo thơm sắc thị nhà

Sầu riêng sau gai góc
Niềm đau tỏa hương trời
Ngoài xanh mà trong đỏ
Ngọt ngào dưa hấu ơi,

Bạn gái tôi lặng lẽ
Thương nhau như bí bầu
Xúm quanh nồi bún ốc
Nói cười lan về đâu ?

Nào có ai thừa thãi
Thời gian mà cho nhau
Nhưng đến giờ chia biệt
Vẫn đứng suốt con tàu !

Bạn gái ơi, thương quá
Đời người rồi qua mau
Mong trời cho bền vững
Để chia cùng ngọt, đau

Tôi mang theo tình bạn
Qua bao cuộc hành trình
Kho báu này đâu cạn
Như sắc trời lung linh.

Friends

for my women friends

My friends are gathered here
Like a cluster of fresh fruit
Bright as red monordica
Soothing as custard apples
Sharp and keen as star-fruit
They give like gold persimmons

The durian behind its thorn
Exudes an unearthly scent
Outside green, inside red—
Oh sweet watermelon

My friends love serenely
Like squash on low vines
When we talk over snail soup
And laugh, our voices rise

None of us has much time
But we give to one another
When one of us goes away
The others come to the station

I love you deeply, friends
Though life is passing by
I hope our sharing of sweetness
And sorrow never ends

I have carried friendship with me
On all my many journeys
An undepleted treasure
Like the vibrant shimmering sky

Phút giây nào thất vọng
Trước đen bạc cõi người
Ấm hồn tôi – bạn gái
Lòng như quả thơm tươi.

And if in dark moments
My life seems dull and bleak
I am warmed by the hearts of friends
Like pineapple, fresh and sweet

Màu Phố Phái

Người đi chợ tết mua gà thật
Tôi mua gà đất tuổi thơ tôi
Gà đất bây chừ nằm trong đất
Tiếng gáy còn tươi rộn giữa trời

Bất chợt cầu vồng sà trước mặt
Trăm loài hoa đẹp nói lời mơ
Thấp thoáng trong hoa thiên thần nhỏ
Em gái mắt đen phấp phỏng chờ

Đôi lúc tâm hồn màu Phố Phái
Tĩnh lặng ngói rêu, tĩnh lặng tường
Sớm nay thời tiết như mười bảy
Tở mở lá cành ngơ ngác hương...

The Color of Phái Street

At Tet, people buy chickens in the market
I bought a clay rooster when I was a child
Although that earthen rooster lies in the earth
His crowing still echoes brightly in the sky

Suddenly a rainbow sweeps before me
Many beautiful flowers speak dreamy words
In the flowers a small angel keeps appearing
Her dark eyes waiting, full of anticipation

Sometimes I think the soul is the color of Phái Street
Its silent mossy tiles, its silent walls
The morning weather, like being seventeen
The leaves waking up, releasing their strange scent

Tháng giêng

Lụi tàn rồi mơn mởn
Thời gian như cánh đồng
Ngày xưa ta bé nhỏ
Tháng giêng còn nhớ không ?

Biết bao giờ trở lại
Màu trong vắt của trời
Khép làn mi trinh nữ
Tháng giêng tràn lên môi

Bông lay zơn ai tặng
Tháng giêng giấu nơi nào
Để màu hoa lửa cháy
Chập chờn trong chiêm bao

Tháng giêng đầu ngọn biếc
Ta phía cội cây già
Ngước nhìn bao thương mến
Quãng đời mình đã qua

Tuổi vèo bay cùng gió
Ta sắp sang tháng mười
Ngoảnh lại nhìn xa lắc
Một tháng giêng nhoẻn cười !

January

Ashes come back to life
Time is like a field
Does January remember
When I was a child?

When will I return
To a sky so clear a girl
Closed her eyes, her lips
Brimming with January?

Someone gave me a gladiola
Where has January hidden it?
Its fiery color flickers
And dances in my dream

From the roots of an old tree
I look up at January's green
And watch with warm regret
My life passing before me

With the wind, life flies by
I'm ready to cross to October
Turning, I look back
And January smiles

Thơ cho tuổi Sửu

Mẹ sinh tôi năm Sửu
Tuổi trâu nhiều lo toan
Trâu quanh năm vất vả
Việc nhiều, chẳng thở than

Hồi tôi còn bé tí
Cùng trâu ra đồng làng
Cỏ xanh, diều vi vút
Tôi và trâu mơ màng

Có biết bao là gió
Trên cánh đồng mênh mang
Có biết bao là nắng
Mắt trâu nhìn chứa chan

"Đàn chớ gảy tai trâu"
Người ơi đừng nói thế
Trâu chỉ nhìn là biết
Trâu chẳng cần chi nghe !

Tôi xa nhà lâu quá
Xuân về ghé tuổi thơ
Gặp con trâu đen nhánh
Nghiêng đầu vào non tơ

Trâu ăn bao nhiêu cỏ
Mùa xuân lại dâng đầy
Cám ơn trời che chở
Cho trâu hoài thơ ngây

Poem for the Year of the Buffalo

I was born in the year of the buffalo
A year that brings many troubles
A buffalo toils all year round
Works hard but never grumbles

When I was very small I walked
With my buffalo to the village fields
Green grass, high flying kites
Buffalo and I would daydream

There was so much wind
In the wide open fields
There was so much sun
Buffalo's eyes would brim

"Don't play music near a buffalo's ear"—
Please don't tell me that
If a buffalo looks, a buffalo knows
It doesn't need to hear

I left home a long time ago
But when spring comes I go back
There I meet the black buffalo
Still attentive, innocent

A buffalo eats grass all day
Spring offers grass again
Thanks to heaven for watching over
The buffalo's youth, which never ends

Translators' Notes

"Journey into White Night": Bao Ninh is a traditional fishing village in Quang Binh Province, north of Hue, known for its white beaches.

"Bomb Crater Sky": One of the best-known Vietnamese poems about the American war, this poem is based on a true story.

"Gathering My Years": *Ca dao* are short lyric poems, often composed in the *lục bát* form described in the introduction, which are passed down orally and sung without accompaniment by ordinary people throughout Viet Nam.

"The Sound of the Bronze Drum": The Hùng dynasty ruled portions of current Viet Nam and regions beyond throughout the Bronze Age; many bronze artifacts, unearthed in the nineteenth century throughout northern and central Viet Nam, testify to the strength of this culture, which, according to legend, lasted through the reign of seventeen Hùng kings. The Hùng dynasty temple referred to here is in North Viet Nam, in Phu Tho Province; the drum is the *Ngọc Lữ* drum, inscribed with three concentric lines of human figures, animals, and geometric motifs. Well-preserved and finely-detailed, this drum has become, through literary and visual references, almost an ideogram for Vietnamese culture.

"By a Statue of Mỵ Châu": Mỵ Châu was a legendary princess who lived over two thousand years ago. A giant turtle gave her father, King An Dương Vương, a magic crossbow, which kept the country—then known as *Âu Lạc*—free of invaders for many years. Cleverly, the enemy general Triệu Đà offered his son Trọng Thủy in marriage to Mỵ Châu. She told her husband about the crossbow, which he stole and gave to his father, who used it to conquer the country. Mỵ Châu had promised Trọng Thủy that she would scatter goose feathers from her coat if they were ever separated. When the king tried to escape the invading army on horseback with Mỵ Châu behind him, the turtle appeared and told him to look back. Discovering a trail of goose feathers and realizing what had happened, the king beheaded his daughter.

"*Lục Bát* Streets": Hoi An, a town south of Da Nang in central Viet Nam, is one of the oldest international ports in Southeast Asia. The tiles on the rooftops are arranged in different patterns, depending on their ethnic origins— Chinese, Vietnamese, or Japanese. The *lục bát* poetic form is described in the introduction to this collection.

"With the Perfume River": The Perfume River runs through the city of Hue, where the poet lives. Before it reaches the city, it flows through several villages whose fragrant flowers are the source of its name; because the water is almost at sea level, it has a very slow current. "*Sắc sắc—không không*," in the second stanza, alludes to the Buddhist Diamond Sutra, "*sắc tức thị không, không tức thị sắc*," which roughly translates as "form is empty, emptiness is form."

"Green Rice": The poem refers to unripe rice which is hand-harvested, roasted, and pounded in a mortar. Prized as an emblem of pure beginnings, it has a naturally green hue, and a sweet, nutty flavor.

"Illusive Lover": Ha Long Bay, located in the Gulf of Tonkin, is world-famous for its scenery, which includes 2,000 spectacularly-shaped stone islands, as well as grottoes and caves.

"Friends": Most of the fruits mentioned here are available in the United States. The monordica or "bitter gourd," a member of the cucumber family, is considered poisonous here, but is used as a food as well as a medicine in Viet Nam, where its red seeds give a rich color and flavor to "red rice," a dish commonly eaten during Tet and at traditional Vietnamese weddings.

"The Color of Phái Street": This poem is based on the paintings of Bùi Xuân Phái (1920-1988), so famous for his depictions of Hanoi streets and street-scenes that he has been nicknamed "Phái Phố" ("street-painting Phái").

About the Author

Lam Thi My Da was born in 1949, in Le Thuy District, Quang Binh Province, in the central part of Viet Nam, near the scene of much heavy fighting during the Viet Nam-American War. She graduated from the Writer's College in Viet Nam in 1983, and received a certificate for advanced studies in literature at Moscow's Gorky University in 1988. She has worked as a reporter and a literary editor, and serves as an Executive Board Member of the Vietnamese Writers' Association and Chairperson of the *Thừa Thiên Huế* Writers' Association. She has published five collections of poems in Viet Nam: *Trái tim sinh nở* (*The Fertile Heart*, 1974), *Bài thơ không năm tháng* (*Poem without Date*, 1983), *Hái tuổi em đầy tay* (*Gathering My Years*, 1990), *Mẹ và con* (*Mother and Child*, 1994), and *Đề tặng một giấc mơ* (*Dedicated to a Dream*, 1998). She has won several major prizes for poetry, including two awards from the Vietnamese Writers' Association and, for her 1998 book, highest honors from the National United Board of Vietnamese Literature and the Arts. She has also published three collections of stories for children. Translations of her poems have been featured in *Six Vietnamese Poets* (Curbstone, 2002), as well as a number of periodicals in the United States and Ireland. She currently lives and works in Hue, in central Viet Nam.

About the Translators

MARTHA COLLINS is the author of four books of poems, including *Some Things Words Can Do* and *The Catastrophe of Rainbows*. Her book-length poem *Blue Front* will be published by Graywolf in 2006. Collins has also co-translated, with the author, *The Women Carry River Water*, a collection of poems by Vietnamese poet Nguyễn Quang Thiều, which was published in 1997 and won an award from the American Literary Translators Association. Collins founded the Creative Writing Program at UMass-Boston, and since 1997 has taught at Oberlin College, where she is Pauline Delaney Professor of Creative Writing and one of the editors of *FIELD* magazine and Oberlin College Press.

THÚY ĐINH is a writer and attorney who has lived in the Washington, D.C. metro area since 1975. She graduated cum laude in English and French literature from the University of Virginia in 1984, and received her law degree (J.D.) from the University of Virginia School of Law in 1987. Her essays and reviews have appeared in *Rain Taxi Review of Books*, *Hợp Lưu Magazine, Amerasia Journal*, and *Twenty Years of Vietnamese American Experience*, ed. Andrew Lam and De Tran (Andrews McMeel: 1995).

CURBSTONE PRESS, INC.

is a nonprofit publishing house dedicated to literature that reflects a commitment to social change, with an emphasis on contemporary writing from Latino, Latin American and Vietnamese cultures. Curbstone presents writers who give voice to the unheard in a language that goes beyond denunciation to celebrate, honor and teach. Curbstone builds bridges between its writers and the public – from inner-city to rural areas, colleges to community centers, children to adults. Curbstone seeks out the highest aesthetic expression of the dedication to human rights and intercultural understanding: poetry, testimonies, novels, stories, and children's books.

This mission requires more than just producing books. It requires ensuring that as many people as possible learn about these books and read them. To achieve this, a large portion of Curbstone's schedule is dedicated to arranging tours and programs for its authors, working with public school and university teachers to enrich curricula, reaching out to underserved audiences by donating books and conducting readings and community programs, and promoting discussion in the media. It is only through these combined efforts that literature can truly make a difference.

Curbstone Press, like all nonprofit presses, depends on the support of individuals, foundations, and government agencies to bring you, the reader, works of literary merit and social significance which might not find a place in profit-driven publishing channels, and to bring the authors and their books into communities across the country. Our sincere thanks to the many individuals, foundations, and government agencies who have supported this endeavor: Connecticut Commission on the Arts, Connecticut Humanities Council, Eastern CT Community Foundation, Fisher Foundation, Greater Hartford Arts Council, Hartford Courant Foundation, J. M. Kaplan Fund, Lamb Family Foundation, Lannan Foundation, John D. and Catherine T. MacArthur Foundation, National Endowment for the Arts, Open Society Institute, Puffin Foundation, United Way, and the Woodrow Wilson National Fellowship Foundation.

Please help to support Curbstone's efforts to present the diverse voices and views that make our culture richer. Tax-deductible donations can be made by check or credit card to:
Curbstone Press, 321 Jackson Street, Willimantic, CT 06226
phone: (860) 423-5110 fax: (860) 423-9242
www.curbstone.org

IF YOU WOULD LIKE TO BE A MAJOR SPONSOR OF A
CURBSTONE BOOK, PLEASE CONTACT US.